கற்பனைச்சித்திரம்

கா. ந. அண்ணாதுரை

Title: Karpanai Chithiram

Author: C. N. Annadurai

Language: Tamil

First Published on: 1946

Year of Publication: 2024

Book Format: Paperback

*Page Size: 6inch * 9inch*

Category: Fiction

Subject: Short Stories

No. of pages: 64

ISBN: 978-81-988143-0-2

Published by: Nilan Publishers, Madurai, Tamilnadu, India

பொருளடக்கம்

குறிப்புகளுக்காக

கற்பனைச்சித்திரம்

பூபதியின் ஒருநாள்அலுவல்

"ஏதோ எனக்கொன்று கொஞ்சம் சொத்து இருக்கிறது பிரதர்! நான் ஒன்றும், அலைந்து திரிய வேண்டிய அவசியமில்லை நிம்மதியாக வாழ எனக்கு வசதியிருக்கிறது. ஆண்டவன் அப்படி ஒன்றும், என்னை உழைத்து உருக்குலையும்படியான நிலையிலே விட்டு வைக்கவில்லை. வாழ் வதற்காக வதைபடு என்று என் தலையில் ஒன்றும் எழுதியில்லை" என்று கூறினார், ஓய்வூர் மிட்டாதாரர் ஓயிலானந்த பூபதி. கொஞ்சம் கோபத்துடன், அவரிடம் பேசிக் கொண்டிருந்த "பிரதர்" துரைசிங்கம் என்பவர். துரைசிங்கம் பூபதியிடம், கொஞ்சம் சுறுசுறுப்பாக வேலை செய்து, யுத்தக்கடன் பத்திரங்களை அதிகமாக விற்று, 'கவர்னர் பெருமாள்' ஓய்வூருக்கு வரும்போது இந்தப் பக்கத்திலேயே, அதிகமாக யுத்த உதவி செய்தவர் மிட்டாதாரர் தான் என்கிற கியாதியை அடைய வேண்டும் என்று வலியுறுத்திக் கொண்டிருந்தார். யுத்தக் கடன் பத்திரங்ககளை விற்பது, யுத்த உதவிநிதி சேர்ப்பது இரண்டும் முதலிலே ஓயிலானந்த பூபதிக்குச் சந்தோஷமாக இருந்தது. அதிலும், மேற்படி நிதிக்காசு,சங்கீதக் கச்சேரிகள் முதலியவற்றை ஏற்பாடு செய்யும்போது, ரொம்பக் குஷி, பூபதிக்கு இந்தச் சந்தோஷத்துடன், கொஞ்சம் சுறு சுறுப்பாகவும் வேலை செய்தால் பலன் உருவாகும் என்பது, துரைசிங்கத்தின் எண்ணம். யுத்த உதவித் தொகையின் அளவு உயர உயரத் தனக்கும் 'ராவ் சாகிபு' பட்டத்துக்கும் இடையே உள்ள 'தொலைவு' குறையும் என்பது துரைசிங்கத்தின் எண்ணம். எனவே பூபதியைச் சுற்று அதிகமான சுறு சுறுப்புக் காட்டும்படி கேட்டுக் கொண்டார். பூபதிக்குக் கொஞ்சம் கோபம். இவன் அலையட்டும்! சர்க்கார் இவனை யுத்தப் பிரசாரகர் என்று நியமித்திருக்கிறார்கள் ; மாதம் 500 சம்பளமும் தருகிறார்கள் ; இவன் அலைய வேண்டியது சரி;

என்னை எப்படி இவன் அதிகமாக வேலை செய்ய வேண்டுமென்று எதிர்பார்க்கலாம்" என்று கருதியே கோபித்துக் கொண்டு, தனது அந்தஸ்த்தைச் சுட்டிக் காட்டினார், துரைசிங்கத்திடம்.

" ஏன் ஊர் சுற்றித் திரியமாட்டான்! குடித்துவிட்டுக் கூத்தாடத்தான் செய்வான். ஏதாவது "வித்து விசனம்" கவலை கஷ்டம் இருந்தால்தானே. காளை மாடுபோலச் சுற்றி வருகிறான், இருப்பது பாழாகாதபடி பார்த்துக் கொள்ளவும், இவனுக்குச் சொத்து சுகம் தேடிக் கொடுக்கவும் நான் பாடுபட்டேன், அவன், அந்தத் தைரியத்திலே, உலகத்தைப் பற்றியே கவலை இல்லை என்று மதோன் மத்தனாகத் திரிகிறான். எந்த விலை ஏறினால் அவனுக்கென்ன, இறங்கினால் அவனுக்கென்ன! அவன் உண்டு, நண்பர்கள் உண்டு, என்று இருக்கிறான். விளைந்து வருகிறது, விற்றுப் பணத்தைக் குவிக்கிறார், செலவு செய்துகொண்டு குஷாலாக இருப்போம் எனறு உறவுகிறான். பாடுபட்டுப் பணத்தைச் சேர்க்கிற எனக்கல்லவா தெரியும், அதனுடைய அருமை''

பூபதி, புவனேஸ்வரியின் நடனக் கச்சேரியை ஏற்பாடு செய்யப் போயிருக்கிறார்; கல்யாணி என்ற பாடகியை அழைத்துவரப் போயிருக்கிறார், என்ற செய்திகளை அடிக்கடி கேட்டுக் கோபங்கொண்டார் பெரிய மிராசுதாரர், பொன்னுராமர். தன் மகன் சர்க்கார் காரியமாகப் போயி ருக்கிறான். சண்டைக்குப் பணம் திரட்டும் காரியமாகத்தான் போயிருக்கிறான். யுத்தநிதி உதவிக் கச்சேரிகளுக்காகத்தான் புவனேஸ்வரி, கல்யாணி ஆகியோரைத் தேடிச் சென்றானேயொழிய வேறு சொந்த வேடிக்கைக்கு அல்ல என்று பொன்னுராமரிடம் கூறப்பட்டது என்ற போதிலும், அவர் சமாதானம் அடையவில்லை. யுத்தவேலை நிதி திரட்டுவது என்று என்ன பேர் வேண்டுமானாலும் வைக்கட்டும், பூபதி இப்போது சதா சர்வகாலம், இந்தச் "சிரிப்புக் காட்டிகள்" இருக்கும் இடத்திலே உலாவுகிறான்,

அது தவறு, அது கூடாது, என்று கூறியபடி இருந்தார். அவருக்குத் தன் பாலியகால நினைவு. அவர் காலத்தில் யுத்த நிதி வசூலிக்கும் வேலை இல்லை; ஆனால் 'நவராத்திரி உற்சவ ஏற்பாடு' இருந்தது. பொன்னுராமர் அதிலே தீவிரமாகச் சேவை செய்தபோதுதான், திலகாவும், அன்னமும் அவருக்குச் சினேகிதமானது. "இலேசாக, படுக்கப் போகும் போது கொஞ்சம் உசத்தி சரக்கு" சாப்பிடக் கற்றுக்கொண்டதும் அந்தச் சமயத்திலேதான். ஆகவே பொன்னுராமர், யுத்தநிதி வசூல் வேலைக்குத்தான் போயிருக்கிறான் ஓயிலானந்தன் என்று சொன்னவர்கள், மீது சீறிவிழுந்தார், தனக்கு "நவராத்திரி" தன் மகனுக்கு 'யுத்தநிதி வசூல் வேலை' என்று மாறி இருக்கிறது என்று எண்ணினார்.

"ராஜாபோல, நிம்மதியாக இருக்க வேண்டியவன் வீடு இருக்கிறது அரண்மனை போல, தோட்டம் இருக்கிறது நந்தவனம் போல, என்ன குறை இவனுக்கு. எந்த வேலைக்குத்தான் இவனுக்கு இங்கே ஆள் இல்லை. நிம்மதியாக இருக்கக் கூடாதா? பகவான், நமக்கு ஒரு குறையும் செய்யவில்லை, சகல சம்பத்தும் கொடுத்திருக்கிறார். இதை அனுபவித்துக்கொண்டு, வீட்டோடு சந்தோஷமாக ஏன் இருக்கக் கூடாது? என்னமோ, பாடுபட்டு ஜீவிக்க வேண்டியவனைப்போல், சதா அலைச்சல், வீடு தங்குவதுகிடையாது; வேளா வேளைக்குச் சாப்பிடுவது கிடையாது; உடம்பைக் கவனித்துக்கொள்வது கிடையாது; கண்டவர்களிடம் பேசிப் பேசி, தொண்டையைக் கூடப் புண்ணாக்கிக் கொள்வான் போலிருக்கிறது. ஏனம்மா? இவனுக்கு இந்தக் கஷ்டம்? இவன் தலையிலே நல்ல எழுத்து எழுதி இருக்க, எதற்காக இவன் அலைந்து கொண்டிருக்கவேண்டும்? வீட்டோடு, நிம்மதியாக இருக்கக்கூடாதா" என்று, பூபதியின் தாயார் வருத்தப்பட்டுக்கொண்டார்கள். எப்போது பார்த்தாலும் பூபதி வெளியே சுற்றிக்கொண்டே இருப்பதைக்கண்டு தாய்க்கு, மகன் இப்படி அலைந்து உடம்பைப் பாழாக்கக்கொள்கிறானே என்று சோகம்,

அவர்களுக்குகென்ன தெரியும், மகன், உல்லாச வேட்டையாடுகிறானே தவிர, ஊருக்கு உபகாரம் செய்ய ஒரு துளியும் வேலை செய்யவில்லை என்பது, அலைந்து தீரவேண்டும். திரிந்து கிடக்கவேண்டும், பாடுபட்டுப் பணம் தேடியே, ஜீவித்தாகவேண்டும் என்ற நிலையில் பலர் இருப்பதற்குக் காரணம். அவர்கள் தலையிலே ஆண்டவன் அப்படி எழுதினான், என்பது மிட்டாதாரணியின் எண்ணம். மகன் ஏதோ பாடுபடுகிறான் மற்றவர்களுக்காக என்று வருத்தப்பட்டார்கள் அந்த அம்மையார். இரவெல்லாம் குடித்து விட்டு கிடப்பதால், பூபதியின் உடல் இளைத்தது, அதை அம்மையார், மகன் ஊருக்கு உழைத்து அப்படியானான் என்று எண்ணிக் கொண்டார்கள்.

"உன் அந்தஸ்த்துக்கும், செல்வத்துக்கும்" இது ஒரு பிரமாதமா? நேற்றுத் தோன்றியவர்களெல்லாம், 'ஷெவர்லேயில்' போகும்போது, நீ ஏன் 'ரோல்ஸ்ராயில்' போகக் கூடாது? அந்தப் பயல், 'ரேஸ் கிளப்' பிலே, ஆயிர ரூபாய் நோட்டை அலட்சியமாக வீசி எறிகிறான், நூறு ரூபாய் நோட்டு எடுப்பதென்றால் உனக்குக் கை நடுக்கம் பிறக்கிறது. உன் அந்தஸ்துக்கு ஏற்றபடியா உடை இருக்கிறது? 'ட்வீட்' இல்லாமல், டாக்டர் தாமோதர் வெளியே கிளம்புவதில்லை, உன் உடையைப் பார் ! சேச்சே! என்ன இருந்தாலும், நீ இப்படி உன்னுடைய செல்வநிலைக்குக் குறைவாக, மட்டமாக வாழ்க்கையை நடத்தக்கூடாது. மதிக்கமாட்டார்களே ஜனங்கள்! 'என்னடா மகாபிரமாதம்! அவன் பெரிய ஆசாமியின் மகன் என்று சொல்லுகிறாய், அவனுந்தான் '555' பிடிக்கிறான். நம்முடையதும், அதே ரகச் சிகரட்தான்' என்று அன்று 'ஒரு நாள் அப்ரகாம் சொன்னான், எனக்கு வெட்கமாகத்தான் இருந்தது. எவ்வளவு செலவு செய்தாலும் உனக்குத் தகும்".

செல்வவான்களின் செருக்கு, அவர்களையே அழிக்கும் நெருப்பாக மாறும். ஆகவே அவர்கள் உள்ளத்திலே அந்த

நெருப்புக் குறையாதபடி நாம் அடிக்கடி தூண்டி விட்டுக்கொண்டே இருக்கவேண்டும்; அதிகமாகச்செலவு செய்கிறோம், அனாவசியமாகச் செலவு செய்கிறோம் என்ற எண்ணமே, அந்தச் சீமானுக்குத் தோன்றக்கூடாது. எவ்வளவு செலவு செய்தாலும் கெடுதி இல்லை, தகும். மேலும் அப்படிச் செலவு செய்வதுதான் நமது அந்தஸ்த் துக்கு ஏற்றது. ஜனங்கள் அப்போதுதான் நம்மைக் கண்டால் மதிப்பார்கள். செலவிலே சுருக்க ஆரம்பித்தால் கேவலமாக நினைத்துவிடுவார்கள் என்ற இப்படிப்பட்ட எண்ணம், சீமானின் மனதிலே முளைத்தபடி இருக்க வேண்டும், அந்தப் பயிர் செழிப்பாக இருக்க முகஸ்துதி என்ற தண்ணீரை நாம் பாய்ச்சியபடி இருக்கவேண்டும் என்ற தத்துவம், கோடீஸ்வரனுக்குப் பெயர் கோடீஸ்வரன், நிலைமை மகாமோசம், ஆசாமியோ பலே பேர்வழி. மரத்திலேதான் பழம் இருக்கும், நாம் நடந்து செல்லும் பாதையிலேயா இருக்கும்? பாதையிலே, முள்ளும் கல்லும் தான் இருக்கும். நமக்கு இந்தக் கல்தான் கிடைக்கும், கனி தோட்டக்காரனுக்குத்தானே கிடைக்கும். நாம் பாட்டையிலே போகவேண்டியவரானோம் என்று சொல்பவன் பைத்தியக்காரன், கிடைக்கிற கல்லை எடுத்துத் தொலை விலே தொங்கும் பழத்தை நோக்கி வீசினால் பழம் கீழே விழுகிறது, கல்லை விட்டுவிடு, கனியை எடு. சாப்பிடு! இதுதானே புத்திசாலி செய்யவேண்டிய காரியம்? பாதையிலே நடந்துகொண்டே, காலிலே கல் தடுக்கினால் கஷ்டப் பட்டு, அதே நேரத்திலே, மேலே அண்ணாந்து பார்க்கும் போது, மரத்திலே கனி குலுங்கக் கண்டு ஏக்கமடைந்து கிடப்பவன் ஏமாளி. மேலே பழம், உன் காலடியிலே கல்! கைக்கும் கருத்துக்கும் கொஞ்சம் வேலை கொடு, கனி பிறகு உனக்குத்தான். மரத்துக்கா, தோட்டக்காரனுக்கா?—இந்தத் தாக்கம் செய்பவன் கோடீஸ்வரன். பணம், பணக்காரனிடம் இருக்கிறது, மரத்திலே பழம் இருப்பதுபோல! ஏழையிடம் பணம் இல்லை, ஆனால் பணக்காரனிடம் உள்ள பணத்தைப் பறிக்கும் 'வித்தை' கூடவா இல்லை. அவன் மூளைக்குக் கொஞ்சம் வேலை கொடுத்தால்தானே என்பான் கோடீஸ்வரன். அந்த முறையிலே சீமான்களின் தோழனா

இருந்தான், இலாபத்துடன், சீமான்களின் மனது குளிரும்படி பேசுவான், கெஞ்சுவதில்லை ; பணம் ஒரு பிரமாதமா என்று சொல்வான். சீமான் எவ்வளவு செலவு செய்தாலும் இது என்ன சாதாரணச் செலவுதான் என்று கூறுவான். வேறு பல சீமான்களின் நடைநொடி பாவனைகளைத் தன் வலையில் வீழ்ந்த சீமான் முன் புகழ்ந்து பேசுவான். அதன் மூலம் தன் நண்பனான சீமானின் மனதிலே, "ரோஷ" உணர்ச்சி உண்டாகச்செய்வான், அந்த ரோஷஉணர்ச்சி ஷெவர்லே காராகக் காட்சி அளிக்கும், ட்வீட் சூட்டாகத் தோற்றமளிக்கும், உயர்தரமான ஓட்டல்களுக்கு இழுத்துச் செல்லும், சினிமா நாடகங்களிலே, சோபாவிலே கொண்டு போய் உட்காரவைக்கும்! அதிகமாக அவசியமற்ற செலவு செய்து வருகிறோம் என்று பூபதி கொஞ்சம் கவலைப்பட்ட போது, "ரோஷ" உணர்ச்சி ஊட்டுவதற்கு, உபயோகித்த உபதேசம் மேலே குறிப்பிடப்பட்டது. அந்தப் பேச்சின் பயனாகப் பூபதிதான் உண்மையிலேயே தன் அந்தஸ்த்துக்கு ஏற்றபடி செலவு செய்யவில்லை என்று எண்ணவும், கொஞ்சம் வெட்கப்படவும் கூட நேரிட்டது. கோடீஸ்வரன், பூபதியின் ரோஷ உணர்ச்சியை அவ்வளவு சாமர்த்திய மாகக் கிளறி விட்டான், அதன்பலன், அன்று ரமாமணி வீட்டிலே ரசமான விருந்து பூபதிக்கு! கோடீஸ்வரனிடம் கொஞ்சிக்கொண்டிருந்தாள், கோகிலா, ரமாமணியின் தங்கை. 'உங்களுக்கென்ன குறைச்சல்! மிட்டாதாரர்தான் நீங்கள் போட்ட கோட்டைத் தாண்டுவதில்லையாமே" என்றாள் கோகிலம். கோடுபோடுவது நான், புதியவீடு கட்டுவதுவோ" என்றான் கோடீஸ்வரன் வேடிக்கையாக. "அந்த வீடு உங்களுக்கும் சொந்தம் தானே'' என்று பாத்யதையைக் கவனப்படுத்தினாள் கோகிலம்.

"உனக்கு என்னப்பா குத்தலும் குடைச்சலும், பெட்டியிலே பணம் இருக்கிறது ஏராளமாக வட்டி வட்டி மூலம் அதனை வளர்க்கச் சரியான தந்தை இருக்கிறார். நீ சுற்றலாம், ஆனந்தமாக. விலையைப்பற்றிக் கவலை இல்லாமல் சாமான்களை வாங்கலாம். காலத்தைப் பற்றிய கவலையின்றி,

வேடிக்கையாக இருக்கலாம். எவ்வளவு வேண்டுமானாலும் செலவு செய்யலாம். நீ கஷ்டபட்டுச் சம்பாதித்தது என்ன கெட்டுவிட்டது! எப்படியோ சொத்துச் சேர்ந்து விட்டது, சுகமாக வாழ முடிகிறது. நீ எதற்குப் பாடுபடப் போகிறாய், மற்றவர்களைப் போல நீயும் கஷ்டப்பட்டுப் பணம் சேர்ந்திருந்தால், உனக்கும் தெரியும் அதனுடைய பலன்! சீமானுக்குப் பிறந்தாய், சுகம என்ற தொட்டிலிலே வளர்ந்தாய் இப்போது ஆனந்தம் என்ற அம்ச தூளிகா மஞ்சத்திலே புரள்கிறாய் உனக்கு, ஊரின் கஷ்டம் என்ன தெரியும். பணம் தேடி அலுப்பவனின் பதைப்பு எப்படிப் புரியும், பாடுபடுபவனின் தொல்லையை எப்படி நீ தெரிந்து கொள்ளப்போகிறாய். உன் கவலை பூராவும், வித விதமான களியாட்டங்களைத் தேடுகிற அளவுதானே. பூபதியின் நண்பர்களிலே இவன் ஒரு தனி ரகம். பணக்காரனிடம் பணம் இருக்கிறது. மலரிலே கணம் இருப்பது போல, நாம் பச்சிலை, நாளாவட்டத்திலே சருகு ஆகிவிடுவோம். மலருக்கு இருக்கும் மணம் தனக்கு இருக்கவேண்டுமென்று பச்சிலை எதிர்பார்க்கலாமா, என்ற வாதம் புரிபவன், வக்கில் அல்ல, வியாபாரி, வியாபாரியினும், நஷ்டக் கணக்கையே அடிக்கடி கண்டு நொந்தவன்; பூபதியுடன் ஒரு காலத்திலே படித்தவன் என்ற முறையிலே, சந்திப்பு ஏற்படும். அப்போதும், தன் சஞ்சலத்தை மறக்க மாட்டான். பூபதியும் கோடீஸ்வரனும், ஆனந்தமாக விளையாடிவிட்டு வருகிறபோது, கண்டான்; நண்பன் என்ற முறையிலே, பூபதியின் சந்தோஷத்தின் சூட்சமத்தைப் பற்றியும், தன் சஞ்சலத்தைப் பற்றியும் பேசினான், அதுவும், மற்றப் பணக்காரர்களிடம் பேச முடியாதல்லவா "போடா சுடு மூஞ்சி" என்று கேலி பேசிவிட்டு, முதுகைத் தட்டிக் கொடுத்துவிட்டு, அவனிடம் பேசுவதற்காக அதுவரை நிறுத்தி வைத்திருந்த மோட்டாரை, ஓட்டலானான் பூபதி. வளமில்லாத வியாபாரம் செய்து வந்த வரதராஜன் தன் "கூட்டாளி" காதரிடம், பூபதியின் செல்வம், செல்வாக்கு ஆகியவைப்பற்றிப் பெருமையாகப் பேசிக்கொண்டே நடந்தான். காதர், பணக்காரர் உயர்ந்தவர்கள், ஏழை மட்டம் என்ற கொள்கையை ஏற்றுக்

கொள்பவனல்ல. ஆகவே பூபதியைத் தன் நண்பன் புகழ்ந்தது பிடிக்கவில்லை எவன்தன் சாமார்த்தியத்தால், உழைப்பால், முயற்சியால், வாழ்கிறானோ அவனைத்தான் பாராட்டவேண்டுமே தவிர, பணத்தை யாரோ, எப்படியோ திரட்டிக் கொடுத்துவிட, அதை வைத்துக்கொண்டு படாடோப வாழ்வு நடத்துபவனைப் புகழ்வது, மதியீனம் என்பது காதர் கொண்டிருந்த கருத்து ஆகவே பூபதியின் மோட்டார், போகிற வேகத்தைக் கொஞ்ச நேரம் பார்த்துவிட்டு, "கிடக்கிறான் தள்ளப்பா! என்ன புகழ்வது அவனை! மோட்டாரில் சவாரி செய்கிறானாம் அதிலே இருக்கிற ஒரு சிறிய ஆணியை விலை கொடுத்து வாங்கத்தேவைப்படும் பணத்தைக்கூட அவன் சம்பாதித்ததில்லை—சம்பாதிக்க முடியாது—சம்பாதிக்க வழி கிடையாது, என்னமோ, பணக்காரனுக்குப் பிள்ளையாகப் பிறந்து விட்டான், அகப்பட்டதை வைத்துக்கொண்டு ஆட்டம் ஆடுகிறான். இது ஒரு பெரிய கீர்த்தியா! இவன் தன்னுடைய புத்தி சாதுர்யத்தாலும், உழைப்பினாலும், இந்தச் சொத்துச் சேர்த்தானா; திறமைசாலி என்று இவனை புகழ, அவன் மட்டும், அந்தச் சீமானுக்கு மகனாகப் பிறக்காதிருந்தால், அரை ரூபா சம்பாதிப்பானா அன்றாடம்! விரலை மடக்கு, அவனுக்குப் பிழைக்கும் மார்க்கம் இன்னது தெரியு மென்று. படாடோபத்தோடு சரி, படிப்பு கிடையாது. மிரட்டத் தெரியும், ஒரு வேலையும் தெரியாது. எப்படிப் பிழைப்பான், என்ன வேளைக்கு இலாயக்கு. கூலி வேலை கூடச்செய்ய முடியாதே, உடலிலே அதற்கு வலிவு ஏது. ஒன்றுக்கும் பயனற்றவன். ஏதோ அங்கே பிறந்ததால், ஆடுகிறான் ஆட்டம். இதிலே பெருமையில்லை, இதற்காக இவனை நான் மதிக்கத் தயாராக இல்லை! என்னைக் கேட்டால், அவன் கையாலாகாதவன். பிழைக்கத் தெரியாதவன், அப்பா சேர்த்து வைத்திருப்பதைச் செலவிட்டுக் கொண்டு திரியும் ஒரு வீன் ஜம்பக்காரன் என்றுதான் சொல்லுவேன்." என்று வெறுப்பு, அலட்சியம் இரண்டையும் ஏராளமாகக் கலந்து பேசினான். பேசிவிட்டு 'அக்பர்ஷா' சிகரட்டைப் பற்றவைத்தான், ஆனந்தமாக.

"குட்மார்னிங் மிஸ்டர்! உட்காருங்கள் உங்களைப் போன்ற உயர்ந்த அந்தஸ்த்துக்காரர்கள் தான் ஊருக்கே மதிப்புத்தரவேண்டியவர்கள். உங்களுடைய உதவியும் திறமையும் தானே ஊருக்கே பொதுச்சொத்து. நீங்களெல்லாம், நினைத்தால் எந்தக் காரியமும் சாத்தியமாகும். நீங்கள்தான் ஊர் ஜனங்களைத் தலைமை தாங்கி நடத்திச் செல்லவேண்டும். ஜனங்கள் நல்வழிப்பட, நாகரிகம்பெற, அறிவு பெற, நீங்கள்தான் வேலை செய்யவேண்டும்." டிப்டி கலெக்டர், J ஈஸ், பங்களா எதிரே வந்துநின்றது, மிட்டாதாரர் பூபதியின் மோட்டார் என்பதை டபேதார் சொன்னதும், புதிய நாற்காலியைப் போடச் சொன்னார். பூபதி கொஞ்சம் வெட்கத்துடன் உள்ளே வரக்கண்டு, புன் சிரிப்புடன் வரவேற்றார்; கைகுலுக்கினார், கொஞ்சநேரம் 'லோக' விஷயம் பேசினார், பிறகு, பூபதி யுத்தநிதி சம்பந்தமாக மேலும் கொஞ்சம் மும்முரமாக வேலை செய்ய வேண்டும் என்பதற்காக, அவனைத் தூண்ட ஆரம்பித்தார். பூபதிக்குக் கொஞ்சம் 'ஸ்துதி' செய்தால் போதும், சொல்கிறபடி ஆடுவான் என்று J. ஈஸ், நினைத்தார். ஆகவே தான், பூபதியின் பெருமையைப் பூபதிக்குக் கவனப்படுத்தினார். பூபதிக்கு ஆனந்தம்; விடைபெற்றுக்கொண்டு வெளியே வரும்போது, தன் வீட்டிலே ஏதோ விசேஷத்துக்குச் சமயல் செய்த வேதாந்தாச்சாரி வரக்கண்டான் பங்களாவுக்குள். "ஐயர்! இங்கே என்ன வேலையாக வந்தீர்?" என்று பூபதி கேட்க, ஐயர் சிரித்துக்கொண்டே வேலையா? இது என், மருமான் ஆமன்னே!" என்றார் 'என்ன என்ன?' என்று திடுக்கிட்டுப் போய்க் கேட்டான் பூபதி, "ஜெமீன்தார்வாள்! டிப்டிக் கலெக்டர் யாருன்னு நினைச்சீர். அவருக்கு என் தமயனாரின் மகளைத்தான் கொடுத்திருக்கு" என்று கூறிப் பந்துத்துவத்தை விளக்கினார் வேதாந்தாச்சாரி விளங்கவில்லை. கொஞ்சம் விபரீதமாகவும் இருந்தது அந்தப்பேச்சு, பூபதிக்கு, சூட்சமத்தைத் தெரிந்துகொண்டார் வேதாந்தாச்சாரி "ஓ அதனாலே மிரள்கிறீரா? டிப்டிக் கலெக்டர், எங்களவாதான் ஜெமீன்தாரவாள்! பெயர் J. ஈஸ், என்று இருக்கவே, கிருஸ்தவான்னு எண்ணிண்டீர் போலிருக்கு. J. ஈஸ், என்பது,

ஜெகதீஸ் என்ற பெயரின், ரத்னச் சுருக்கம். அவர் பெயர் ஜெகதீசாச்சார். சீமையிலே, J. ஈஸ்னு பெயரை வைச்சிண்டார். உத்தியோகத்துக்கும் அதே பெயர், ஓட்டிண்டது, அவ்வளவுதான்" என்று விளக்கம் கூறினார். பூபதி, வேதாந்தாச்சாரியாருக்கு, வழக்கத்தை விடச் சற்று அதிகமான மரியாதைகாட்டிவிட்டு பூபதி மோட்டாரில் புறப்பட்டார் வீடு நோக்கி. கோடீஸ்வரன், வேறு வேலை இருப்பதாகக் கூறிவிட்டுப் போய்விட்டான், "டாக்சியில்".

"பூபதி, பெரிய குடும்பம். நேக்கு அவா குடும்பத்திடம் ரொம்ப நாளாகப் பரிச்யம்" என்று கூறிக் கொண்டே, வந்தார், வேதாந்தாச்சாரி டிப்டி கலெக்டர், ஆனபிறகு உனக்கு இப்படிப்பட்ட சீமான்களின் சினேகம் கிடைத்தது. எனக்கு, இவர்களுடைய சினேகிதம் நெடுநாட் களாக உண்டு என்று கூறிக்கொள்வதிலே அவருக்கு ஒரு வகையான சந்தோஷம். டிப்டி கலெக்டர், ஆரம்பித்தார் தமது அர்ச்சனையை.

"இடியட்! கால்மேல் கால் போட்டுக்கொண்டு உட்கார்ந்திருந்தான், கொஞ்சம்கூட மட்டுமரியாதை தெரியாமல் சுத்த ஞான சூன்யம். வைசிராயின் பெயர் தெரியவில்லை. இன்னமும் விலிங்டன் தான் வைசிராயாக இருப்பதாக எண்ணிக்கொண்டிருக்கிறான். இவனெல்லாம், ஊருக்குத் தலைவர்களாக வேண்டும் இந்த உதவாக்கரைக்கு ராவ்பகதூர் வேண்டுமாம்!! எப்படியோ, பணம் சேர்ந்துவிட்டது, ஊரை ஏமாற்றிச் சேர்த்துக்கொண்டான். பணம் இருப்பதாலேயே, இவனுக்கு நாமெல்லாம் மதிப்புத் தரவேண்டுமாம். மடையன்! ஒரு சாதாரண கிளார்க்குக்குத் தெரிந்த விஷயஞானம் கூட இவனுக்கு என்ன தெரியும், மளமளவென்று அளக்கிறான், அந்த ஆபீசர் தெரியும், இந்தக் கலெக்டர் தெரியுமென்று. தெரிந்து என்ன, தெரியாமற்போனால் என்ன? எழுத்துப் பிழையில்லாமல் இன்னமும், தன்கையெழுத்தைப் போடக் கூடத் தெரியாது. நாமும் உத்யோகம் செய்கிறோம்; தலை நரைக்கிறவரையில்,

என்ன காண்கிறோம்! அந்த இடியட் 'இன்கம்டாக்ஸ்' நான்தான் இந்த ஜில்லாவிலேயே அதிகம் கட்டுகிறேன் என்று பெருமையாகப் பேசிக்கொள்கிறான். இவனுக்கு எஸ்டேட் மானேஜர், பி.ஏ.வாம் ! எவ்வளவு அலட்சியமாகப் பேசுகிறான் தெரியுமோ? பணம் போய் எப்படியோ மாட்டிக்கெண்டு இப்படிப்பட்ட இடியட்டுகளை நம்ம வாயினாலேயே புகழ்ந்து பேசவேண்டிய நிலைமையைக் கூட உன்டாக்குகிறது!" என்று சுடச்சுடப் பேசினார், மிஸ்டர் J.ஈஸ்.

"பணம் இருக்கலாம், நீர் பெரிய பங்களாவிலே வாழலாம், அதை எல்லாம் இங்கே சொல்லிக்கொண்டிருக்க வேண்டியதில்லை, உம்மிடம் சொத்து இருப்பதாலேயே, மதிப்புத்தர வேண்டுமென்ற அவசியம் கிடையாது. சட்டம், உம்மையும் சாதாரண மனிதனையும் சமமாகத்தான் நடத்தும், உளறாமல், கேட்ட கேள்விகளுக்கு, ஒழுங்காக, உண்மையை ஒளிக்காமல் பதில் சொல்லவேண்டும். குடித்துவிட்டு, நிலைதவறி, மோட்டார் ஓட்டிக்கொண்டு போனது, முதல்குற்றம்; மோட்டார் ஓட்ட லைசென்சு வாங்கவில்லை; அது இரண்டாவது குற்றம்; நாலு காலன் பெட்ரோல் டின் உமது மோட்டாரில் இருந்தது, அதற்கு உமக்கு "கோட்டா" இல்லை, பிளாக் மார்க்கட் பெட்ரோல் அது; மூன்றாவது குற்றம்; ஏன் உன்னை நான் சார்ஜு செய்யக்கூடாது?" அன்று மாலைதான், சார்ஜு எடுத்துக் கொண்டார், சப்-இன்ஸ்பெக்டர் சாப்ஜான்; அவருக்கு, கனம் ஆகாகான் தூரபாத்யம்; ஆகவே, அவர் சாதாரணமாக எந்தச் சீமானாக இருந்தாலும், நமக்கென்ன என்று கூறுபவர்; பூபதியின் பூர்வோத்திரம் தெரியாது. தெரிந்தாலும் அதற்காகச் சப்-இன்ஸ்பெக்டர் தன் டீக்கைக் குறைத்துக்கொள்ளுகிறவரல்ல. டிப்டி கலெக்டரிடம் கை குலுக்கிய ஜோரில், மோட்டாரைக் கொஞ்சம் வேகமாக ஓட்டினார் பூபதி. ஒரு சிறுவன், சிக்கிக்கொள்ள இருந்தான்; திடீரென்று, 'பிரேக்' போட்டார். ஜனங்கள் கூவினார்கள், இவ்வளவும், போலீஸ் ஸ்டேஷனுக்கு வெகு சமீபத்திலே நடந்தது. சப்-இன்ஸ்பெக்டர் சேதி என்ன என்று பார்க்கச்சொன்னார், ஜவானை. அவன், மோட்டரை நிறுத்தச்

சொல்லிவிட்டு, ஐயா கூப்பிடுகிறார்! என்று சொன்னான் பூபதியிடம். பூபதிக்குப் பழைய சப்-இன்ஸ்பெக்டரே அங்கு இருப்பதாக எண்ணம், ஆகவே, நாளைக்கு வீட்டண்டை வரச்சொல் என்று கூறினார். சப்-இன்ஸ்பெக்டர் சாப்ஜான், இதை ஜவான், சொன்னதும் ஒரு முறைப்பிலே, ஜவானின் குலையை நடுங்கவைத்தார். வெளியே போனார், தங்கப் பிறம்பை ஆட்டிக் கூப்பிட்டார் பூபதியை. புதிய ஆசாமியாக இருக்கவே, பூபதி ஸ்டேஷனை நோக்கி வரவேண்டி இருந்தது. "உள்ளே போய் இரும்" என்று கூறிவிட்டு, கும்பலை விரட்டும்படி ஜவான்களை அனுப்பி விட்டு நேரே, மோட்டார் இருக்குமிடம் சென்று சோதனை போட்டு, பெட்ரோல் டின்னைக் கண்டுபிடித்து அதைத் தூக்கிக்கொண்டு வரும்படி வேறோர் கான்ஸ்டெபிளுக்கு உத்தரவு செய்துவிட்டு, கோபமாக உள்ளே நுழைய, அங்கே "ரைட்டர்" பூபதி எதிரே, நின்றுகொண்டிருக்கவும், பூபதி டி.எஸ்.பி. போல, உட்கார்ந்திருக்கவும் கண்டு, ஒரு களைப்பினால், ரைட்டரை, அவருடைய ஆசனத்துக்குத் துரத்திவிட்டு விசாரணையைத் துவக்கினார். பூபதி தன்னுடைய மிட்டாதாரர் நிலைமையை ஜாடை காட்டவே, சாப்ஜான், கோபம் அதிகரித்து பணக்காரர் என்றபதவி, ஏழைகளை மிரட்ட உதவுமே தவிரப், பொறுப்பாகவும், தயவு தாட்சணியம் பார்க்காமல் நேர்மையாகவும் நடந்து கொள்ளும், அதிகாரியை அடக்கப் பயன்படாது என்பதை விளக்கவேண்டும். காரசாரமாகப் பேசி, சார்ஜும் செய்து விட்டார்.

கோபம், ஆனால் யார் மீது காட்டுவது! பூபதி மோட்டாரை ஓட்டிக்கொண்டு, நேரே சப்-கலெக்டரிடமே போகலாமா, இந்த சப்-இன்ஸ்பெக்டரைப் பற்றிக் கூறிவிட்டு வருவோமோ, என்று எண்ணினார், பிறகு "பெட்ரோல் டின்" கவனம் வந்தது. நேரே பங்களா போவது, பிறகு என்ன செய்வது என்று யோசிப்பது என்று தீர்மானித்து, மோட்டாரைக் கொஞ்சம் குறைந்த வேகத்திலேயே ஓட்டிக் கொண்டு போனார். வழியிலே இரண்டு கூலிக்காரர்கள்.

மோட்டாரில் போகும் பூபதியைக் கண்டனர். அதிலே ஒருவன், கும்பிட்டான், பூபதியை. மற்றவன் "ஏன்? யார் அவர்?" என்று கேட்டான், கும்பிடு போட்டவன் சொன்னான்.

"மனுஷ ஜென்மமெடுத்தா, இப்படி எடுக்கவேண்டும். நாம் இருக்கிறோம் நாய் படாதபாடு பட்டுக்கொண்டு. அதோ பார்டா, போகிறான், மகாராஜன், புண்யசாலி, போன ஜென்மத்திலே, என்ன பூஜை செய்தானோ, இந்த ஜென்மத்திலே, இவ்வளவு அந்தஸ்தோடு, வாழறான் கடவுள் கடாட்சமா" என்று, மற்றவன், அதை மறுத்தும் பேசவில்லை, ஆதரித்தும் பேசவில்லை. நிலக்கடலையைக் கொரித்துக்கொண்டே இருந்தான். இன்னும் இரண்டொரு வீதிகளே இருந்தன வீடு போக. வேகத்தைக் குறைத்தார் பூபதி; மறுபடியும் யோசனை வந்தது, யுத்தப் பிரசாரகரை போய் பார்த்து விஷயத்தைச் சொல்வேமா என்று, போவதா வேண்டாமா என்ற யோசனையிலே ஈடுபட்டு, மோட்டாரின் வேகத்தைக் குறைத்துக்கொண்டே இருந்தார். இரண்டு ஆலைத் தொழிலாளர்கள், நடுப் பாதையில் சென்றுகொண்டிருந்தனர்; மோட்டார் ஊது குழலைப் பலமுறை அழுத்தவேண்டி நேரிட்டது பூபதிக்கு. ஆலைத் தொழிலாளர், நிதானமாக மோட்டாரை ஒருமுறை திரும்பிப் பார்த்துவிட்டு, பாதை ஓரம் சென்றனர், மோட்டார், பிறகு அவர்களைத் தாண்டிச் சென்றபோது, ஒரு தோழன், மற்றவனிடத்திலே, "போரான் பார்டா பொதிமாடு மாதிரி. நாம்ப வேகாத வெயிலிலே பாடுபட்டுவிட்டு, தள்ளாடி நடக்கிறோம். எப்படிப்போகிறான் பார்த்தயா மோட்டார்லே. அந்த மோட்டார் சவாரியிலே கூட அவருக்குக் களைப்பு வந்தூட்டுது, கைக்குட்டையை எடுத்து முகத்தைத் துடைக்கிறான். நாம்ப, உடம்புபூரா மண், வீட்டிலே போய்க் கழுவவேணும். தெருக்கோடியிலே தண்ணிவந்தா" என்று சொன்னான். பூபதியின் மாளிகை இருக்கும் தெருக் கோடியிலே, ஏதோ கூட்டம்; ஒருவன், உரத்த குரலில் பேசிக்கொண்டிருக்கக் கண்டான் பூபதி. ஒரு சமயம் யுத்த நிதிக் கூட்டமோ என்று எண்ணினான்; பிறகு "செ! யுத்தநிதி

கூட்டம் இப்படி ஏன் நடுத்தெருவிலே நடக்கப் போகிறது?" என்று எண்ணினான். எதற்கும் கவனிப்போம் என்று எண்ணி, மோட்டாரை மிக மொதுவாக ஓட்டிக் கொண்டு சென்றான். பிரசங்கி ஆவேசமாகப் பேசுவது தெரிந்தது. ஜனங்கள், மோட்டார் வருவதை வேடிக்கை பார்த்துக்கொண்டு, பிரசங்கத்தைச் சரியாகக் கவனிக்காமலிருந்தனர் பிரசங்கி, ஒரு விநாடி பேச்சை நிறுத்தினான், மோட்டாரைப் பார்த்தான். அதிலே இருந்த பூபதியையும் பார்த்தான். ஆரம்பித்தான், ஆவேசமாக ஜனங்களின் கண்ணும் கருத்தும், பேச்சாளி பக்கம் திரும்பிவிட்டது. "பாடுபடுபவர்களே! மேனி கருத்தவர்களே!" என்று வார்த்தைகள் கணீர் கணீரெனக் கிளம்பிற்று. பூபதியின் முகத்திலே வெறுப்புக்குறி தோன்றிற்று. தொழிலாளிகள் கூட்டம் போலிருக்கு என்று மெள்ளக் கூறிக்கொண்டே மோட்டாரைச் சற்று வேகமாக ஓட்டலானான். ஆனால் பிரசங்கியின் குரல் வேகமாக, அழுத்தமாக, ஆவேசத்துடன், மோட்டாரைத் துரத்திக்கொண்டு வருவதுபோல் இருந்தது. கூட்டத்திலே ஒலிபெருக்கி இருக்கவே பூபதியின் செவியிலே, ஒட்டி உடல் உலர்ந்து "ஏன் நாம்ப இருக்கிறோம், பாடுபடாமலா இருக்கிறோம், ஏன் பசியாரச் சாப்பிடக்கூட முடியலேன்னு கேள்வி கேட்கறயேப்பா, அதோ பார், போறான், உழைப்புறுஞ்சி! அதுபோன்ற ஜென்மங்களைக் கொழுக்கவைக்கத்தான் நாம்ப பரம்பரையாப் பாடு பட்டுப் பாடுபட்டு, இந்தக் கதியானோம். தெரியுதா? நாம்ப இப்படி இருக்கக் காரணம், அவனுங்க அப்படி இருக்கிறதாலேதான்" என்று அந்தப் பிரசங்கி பேசியது தெளிவாகக் கேட்டது. கோபம் அதிகரித்து பூபதிக்கு, மோட்டாரின் வேகமும் அதிகரித்தது. வேகம் பங்களா வாயறப்படிக் கதவைத் தாக்கிற்று, கோபம், தோட்டக்காரன் முதுகிலே சுரீல் எனப் பாய்ந்தது. ஆனால் அன்று இரவு, பூபதியின் தலையணை நனைந்து விட்டது வெட்கம், கோபம், துக்கம், யாவும் ஒரே சமயத்திலே தாக்கியதால் மனம் கண்வழியாக நீரைச் சொரிந்தது! தூங்க முயற்சித்தான் முடியவில்லை, "உழைப்பை உறுஞ்சுபவன்! போகிறான் பார்! அந்த ஜென்மங்களை நாம் கொழுக்க

வைக்கிறோம்." என்ற சத்தம், அவன் செவியைத் துளைத்துக்கொண்டே இருந்தது. சோடா குறைவாகக் கலந்து, விஸ்கியைச் சாப்பிட்ட பிறகும் அந்தச் சத்தம் கேட்டபடி இருக்கவே, பூபதி ரேடியோவைத் திருப்பினான்.

"பஞ்சம் பரவி, பட்டினி அதிகரிக்கவே, பாட்டாளிக் கூட்டம் படைபோலத் திரண்டு, மாளிகைகளில் நுழைந்து, கொள்ளை அடிக்கவும், தடுத்தவர்களைத் தாக்கவும், கைது செய்ய வந்த போலீசாரைப் பார்த்து நீங்களும் ஏழைகள் தானே என்று சொந்தம் கொண்டாடவும் தொடங்கிற்று. சீமான்கள் அலறி ஓடினர். சக்திக்கேற்ற உழைப்பு! தேவைக்கேற்றவசதி! என்ற முழக்கம் எங்கும் கேட்டது..." என்று ரேடியோவிலே, யாரோ, பிரஞ்சுப் புரட்சியையோ, ரஷியப் புரட்சியையோ, விளக்கிப் பேசிக்கொண்டிருக்கவே, விஸ்கி பாட்டிலை ரேடியோ மீது அடித்துவிட்டு, பூபதி பெருங் கூச்சலிட்டான். ஓடோடி வந்த தாயார், "என்னப்பா பூபதி!" என்று கதறினார்கள். "கெட்ட சகவாசம் வேண்டாமென்றால் கேட்கிறானா" என்றார் தகப்பனார். டெலிபோன் மூலம் சேதிகேட்டு விரைந்து வந்த டாக்டர் தினகர், "ஒன்றும் இல்லை, ரொம்பக்களைத் திருக்கிறார். ஒரு மாதம், ஊட்டி போய் இருந்தால் எல்லாம் சரியாகிவிடும்" என்று மருந்து இருக்குமிடத்தைக் கூறிவிட்டுப் போனார். பங்களாத் தோட்டக்காரச் சிறுவன்.

"வடக்கே ருஷிய நாடொன்றிருக்குதாம்

அங்கே................."

என்ற பாட்டைப் பாடினான். விஸ்கியுடன் டாக்டர் கொடுத்த மருந்தும் சேர்ந்து, பூபதிக்கு மயக்கத்தைத் தந்தது. பாட்டுக் காதிலே பட்டதும் படாததுமாக இருக்கையிலேயே, படுக்கையில் சாய்ந்துவிட்டான்.

இரு பரம்பரைகள்

ஜூலியா! என்ன கண்ணு, கோபம்? ஜிம்மி! துஷ்டன் நீ போ! போய்ச் சமாதானம்செய் ஜூலியாவை.

ஜூலி! ஜூலி! இதோ பார் இப்படி! அடடா! புருஷன் மேலே கோபம் வந்துவிட்டால் நம்ம ஜூலியா செய்கிற அட்டகாசம் இருக்கே, சொல்லி முடியாது. எப்படி முறைத்துப்பார்க்கிறாள், பார்! ஜிம்மி, பாவம் கெஞ்சிப்பார்த்துத் தோற்றுப்போய், ஜூலியாவின் கோபம் தானாகத் தணியட்டும் என்று போய்விட்டான்.

"என்ன இருந்தாலும், ஜூலி! உனக்கு இவ்வளவு கோபம் ஆகாது!"

"உங்களுக்கும் நாளைக்கு ஒரு புருஷன் வந்தால்....."என்று கேலிசெய்ய ஆரம்பித்தாள், மாரி; தேவா, அவள் காதைத்திருகிக்கொண்டே, "பேசாதே! எப்போது பார்த்தாலும் இந்தக் கல்யாணப் பேச்சே பேசிக் கேலிசெய்வதுதானா வேலை?" என்று, வேடிக்கையாகக் கண்டித்தாள். மாரி, இதுபோல் கலியாணப் பேச்சைக் கேட்டுக் கேலி செய்த எத்தனையோ "தேவா"க்கள், தொட்டிலாட்டி விட்டுத் தூங்கிய குழந்தைக்கு முத்தமிட்டதைப் பார்த் தவள். தேவா, கலியாணப் பேச்சைக்கேட்டு கோபித்தால், மாரி, அடங்கிவிடுவாளா என்ன!

"ஜூலியா எவ்வளவு ரோஷக்காரியோ அவ்வளவு ரோஷக் காரிதானேம்மா நீயும்!" என்று மாரி மேலும், கேலி செய்து கொண்டிருந்தாள். ஜூலியாவைச் சாந்தப் படுத்த முடியாமல், சோகமடைந்த ஜிம்மியின் பரிதாபப் பார்வையைக் கண்டு, தேவா, ஓடிச்சென்று, பிஸ்கட் துண்டுகளைக்கொண்டு வந்து

போட்டாள் ஜிம்மிக்கு ஜூலியாவிடம் சரசமாடுவதிலே இருக்கிற சுவை, பிஸ்கட் தின்பதிலே ஏற்படுமா? தின்னவில்லை! ஜூலியாவும் ஒருமுறை ஜிம்மியின் பக்கம் திரும்பிப் பார்த்துவிட்டு மறுபடியும் அலட்சியமாக வேறு பக்கம் திரும்பிக்கொண்டது.

"அப்பா! அந்தக் குச்சு நாய்கள் எவ்வளவு அழகாக இருக்கின்றன பார்த்தாயா? நேற்று, நான் ஜூலியாவைத் தொட்டுத்தடவிக் கொடுத்தேன், பட்டு மெத்தை மேலே கை வைப்பது போல இருந்ததப்பா !"

"அழகான நாய்கள் தான்! ஜூலியா, ஜிம்மி, இரண்டையும், பெங்களூரில் வாங்கினாராம். விலை என்ன தெரியுமா? போன மாதம், நமது கம்பங்கொல்லையை விற்றோமே, என்ன விலைக்கு?"

"250-க்கு?"

"ஜூலியா, ஜிம்மியின் விலையும் 250-தான்"

சுகானந்த முதலியாரும் அவர் மகன் சிங்காரமும், மார்வாடியிடம் அடமானத்திலிருந்த தங்கள் ஓட்டு வீட்டிலே உட்கார்ந்து கொண்டு, தனபாலச் செட்டியாருடைய பங்களாவிலே, 'தர்பார்' நடத்தி கொண்டு வந்த ஜூலியா, ஜிம்மி எனும் குச்சு நாய்களைப்பற்றிப் பேசிக் கொண்டார்கள் இதுபோல, வீடு, ஈடுகாட்டப்பட்டது! கம்பங்கொல்லை விற்றாயிற்று! 'அந்தக் கொல்லையின் விலையும், குலைக்கும்போதும் நாசுக்காகக் குலைக்கும் நாய்களின் விலையும் ஒன்று! அங்கே 250ரூபாயில் நாய் வாங்கினார்கள். இங்கே இரண்டு தலைமுறையாகக் குடும்பச் சொத்தாக இருந்த கம்பங் கொல்லையை 250-ரூபாய்க்கு விற்று

விட்டார்கள்! இந்த நிலையிலே, பெயர் சுகானந்தம் என்று இருந்து பயன்? சுகமும் கிடையாது, ஆனந்தமும் கிடை யாது!

தனபாலச் செட்டியார், ஒரு காலத்தில், சுகானந்தத்தோடு, சேர்ந்து வியாபாரத்தில் ஈடுபட்டிருந்தவர். சுகானந்தம் இன்னமும், அந்தச் "சுவல்ப" வியாபாரத்திலே தான் இருந்து வருகிறார். தனபாலச் செட்டியாரோ, எப்படியோ இலட்சாதிகாரியாகி விட்டார்? என்றாலும், பழைய சினேகத்தை மட்டும் விட்டுவிடவில்லை. வீட்டிலே நடைபெறும் எந்தக் காரியத்துக்கும் சுகானந்த முதலியாரை அழைப்பார் 'சிலதுகள் அதிர்ஷ்டம் வந்ததும் தலைகால் தெரியாமல் ஆடும் நம்ம தனபாலு அப்படிப் பட்டவனல்ல' என்று சுகானந்தம் தன் நண்பர்களிடமெல்லாம் கூறுவான்.

'ஏம்பா தனபாலு!' என்றுதான், சுகானந்தம் அழைப்பது வழக்கம். நேரிலே பேசும்போது, தன் நண்பர்களிடம் பேசும் போதும், தனபாலு என்று அழைத்த அதே சுகானந்தமே, சில சமயங்களில் செட்டியார்! என்று அழைக்க வேண்டி நேரிட்டுவிடும். பங்களாவுக்கு ஒரு காவல்காரன் ஏற்பட்டு விட்டான். அவன் யார் உள்ளே போவதானாலும், "யார் ? என்ன வேலையாக வந்தீர்கள்?" என்று கேட்டுவிட்டுத்தான் அனுப்புவான். சுகானந்தமும், தனபாலும் ஒரே வியாபாரம் செய்தவர்கள், நண்பர்கள், என்று அவன் கண்டானா! தெரிந்தாலுந்தானென்ன! தனபாலச் செட்டியார், அவனுக்கு எஜமான், சுகானந்தம், யாரோ ஒரு ஆசாமிதானே! அப்படித்தானே அவன் கொள்ள முடியும்? ஒரு நாள், சுகானந்தத்தையும் அவன், வாயற்படியண்டை நிற்க வைத்துவிட்டான்.

"யார் நீங்கள் ?"

"நானா? நீ யாருடாப்பா? புதிசோ? ஏற்பாடே புதிசாகத்தான் இருக்கு நான் அவருக்குச் சிநேகிதன்" என்று சுகானந்தம் பதில் கூறினார். கூறிவிட்ட பிறகு யோசித்தார், 'அவர், இவர்.' என்றல்லவா கூறவேண்டி வந்து விட்டது, நம்ம தனபாலுவை, என்று, கொஞ்சம் கோபமும் அடைந்தார்.

"நீங்க யாரைப் பார்க்கவேண்டும்?" என்று கேட்டான், காவற்காரன். என்ன சொல்ல முடியும்? தனபாலுவை, என்று சொல்வதா மரியாதையாக இருக்குமா? உடனே, சுகானந்தம், "நான் தனபாலச் செட்டியாரைப் பார்க்க வேண்டும்" என்று கூறினார். கூறிவிட்டு, மறுவிநாடி யோசிக்கலானார் 'செட்டியார்' என்று கூற நேரிட்டதே நம்ம தனபாலுவை; நாமும் அவனும் எவ்வளவு அன்யோன்யமாகப் பழகினோம், 'ஒரே கடையிலே இருந்திருக்கிறோம், ஒரே வியாபாரம் செய்தோம் இன்று அவன் ஒரு பணக்காரனாகி விடவே, நாமே அவனைச் "செட்டியார்" என்று சொல்லவேண்டி நேரிட்டது', என்று கோபந்தான். அந்தக் கோபம் மேலும் அதிகரித்தது, 'இங்கேயே இரு! உள்ளே போய், "ஐயா"வைக் கேட்டுவிட்டு வருகிறேன்.' என்று சொல்லிவிட்டு, வேலையாள் உள்ளே போனபோது. "ஐயா"வாம், ஐயா? இவனுக்கு அவன் ஐயா, எனக்கென்ன? சே! நாம் இவனைப் பார்க்கவருவதே தவறு, பேசாமல் போய்விடுவோம்" என்றும் நினைத்தார். ஆனால் ஒரு யோசனை வந்தது, வந்ததே வந்தோம், இந்தத் தடவை மட்டும் தனபாலுவைப் பார்த்து இங்கே நடக்கும் அமுலைப்பற்றிச் சொல்லிக் கண்டித்துவிட்டுப் போய்விட வேண்டும், என்று தீர்மானித்தார்.

'ஏம்பா, தனபாலு! அற்பனுக்கு வாழ்வு வந்தா அர்த்தராத்திரியிலே குடை பிடித்து நடப்பான் என்பார்களே, அதே கதையாத்தான் இருக்கு. ஏது, பெரிய அமுல் நடக்குதே இங்கே, இப்போ என்னமோ அதிர்ஷ்டம் அடிச்சுது, பணம் சேர்ந்தது, இதற்காகப் பழைய மரியாதை, பாசம், நேசம் எல்லாம் போயிடணுமா? நான் என்னமோ, மற்றவங்களைப்

போலே தலை துள்ளிப் போகாமே, நீ மட்டு மரியாதையோடே இருந்து வருவேன்னுதான் நினைச்சேன். பணம் சேர்ந்ததும், நீயும், 'அதுக' போலத்தான் நடக்கறே. இது சரியல்ல! செல்வமிருக்கே, அது சாஸ்வதமல்ல! என்ன பணம் இருந்தாலும் பிரயோஜனமில்லை, குணம் இருக்கணும். அப்போதுதான், லட்சுமி தங்குவா!" என்று மள மளவென்று, தன் மனதிலுள்ளதைப் பூராவும் கொட்டிவிட வேண்டுமென்று கோபத்தோடுதான் மடமட வென்று, வேலைக்காரன் பின்னோடு, சென்றார் சுகானந்தம். அவ்வளவு கோபமும் பறந்து போகும்படி செய்துவிட்டார் தனபாலச் செட்டியார், சுகானந்தத்திடம் பேசி அல்ல வேலைக்காரனை ஏசி!

"ஏண்டா, தடியா! இவரையா, யாரோ வந்திருக்காங்க என்று சொன்னே. முட்டாளே! இவர் யாரு? நம்ம சினேகிதரடா! இந்த உலகத்திலேயே, என் குடும்ப விஷயமா அக்கரை கொண்டவர் யாராவது இருக்கிறாங்களான்னா, அது இவர் தாண்டா! மடப்பயலே ! இனி, எப்போதானாலும் சரி இவர் வந்தா, நீ நிறுத்தக்கூடாது, கேள்வி கேட்கக்கூடாது இவர்தான் நான், நான்தான் இவர்! போ! மனுஷாளுடைய தராதரம் தெரியலை" என்று தனபாலச் செட்டியார் வேலையாளைக் கண்டித்தார். உச்சி குளிர்ந்தது சுகானந்தத்துக்கு. மெய்மறந்தார். தனபாலுக்குக் கோடி கோடியாகச் சேர்ந்தாலும் தகும் என்று எண்ணிக்கொண்டார். பழைய சினேகிதத்தை எவ்வளவு மதிக்கிறான் தனபாலு ! எவ்வளவு அருமையான குணம்! குணம் அப்ப இருப்பதால்தான் பணம் சேர்ந்தது! என்று எண்ணிக்கொண்டான். தன்னைப் பெருமைப்படுத்திய நண்பனைப் பற்றி அன்று முதல், சுகானந்தமும் தானாகவே மரியாதையோடு பேசிப் பெருமைப்படுத்தலானான். இந்த நிலையிலே இருந்தது, இருவரின் நட்பும்.

சிங்காரத்துக்கு, அந்தக் குச்சு நாய்மீது ஏற்பட்ட ஆசை அடிக்கடி அவனைத் தனபாலச் செட்டியாரின் பங்களாவுக்கு இழுக்கலாயிற்று. ஜிம்மியும் ஜூலியாவும் ஊடலோடு

திருப்தி அடைத்துவிடுமோ! அழகான இரண்டு "குட்டிகளை" ஈன்றெடுத்து ஜூலியா, பெருமையோடு அவைகளையும், அவைகளைக் கண்டு பூரிக்கும் ஜிம்மியையும் பார்த்து மகிழ்ந்தாள். குட்டிகளிலே ஒன்று வெள்ளை, மற்றொன்று கருப்பு! நிறத்திலே மாறுபாடு இருந்தது, அழகோ சமம். சிங்காரமோ, இரண்டிலே எதையாவது ஒன்றைப் பெற, தவம் இருக்கவும் தயாரானான். தகப்பனாரிடம் மன்றாடினான், ஒரு 'குட்டி'யை வாங்கித்தரச்சொல்லி.

"அப்பா........."

"என்னடா........."

"அந்த நாய்க்குட்டி.........."

"அடே, நமக்கேண்டா அந்தச் சனியனெல்லாம்"

"போ அப்பா ! எவ்வளவு அழகாக இருக்கு"

"ஆமாம், அழகுதான், ஆனால் அதற்குப் பாலும் பிஸ்கட்டும் வேண்டுமே ஒரு நாளைக்கு எட்டணாவுக்கு"

"எப்படியாவது வளர்க்கலாம் அப்பா நீங்கள் கேட்டுப்பாருங்களேன் செட்டியாரை"

"கேட்டால் கட்டாயம் கொடுப்பான் தனபாலு, ஆனாலும், நமக்கு ஏண்டா நாயும் பூனையும்"

தந்தைக்கும் மகனுக்கும் இது பேச்சு.

"கருப்பு நிறம்? செச்சே, டர்ட்டி, நமக்கு வேண்டாம்"

"வெள்ளை நிறத்திலும் ஒரு குட்டி இருக்கிறது சார். இன்கம்டாக்ஸ் ஆபீசருக்கு ஒன்று, உங்களுக்கு ஒன்று தருவதாக நான் முன்பே தீர்மானித்துவிட்டேன்."

"சரி! வெள்ளை நிறத்திலே இருப்பதைக் கொண்டுவா. ப்யூன், இப்போதே வேலைகளைச் சரியாகச் செய்வதில்லை, இந்த நாய்க்குட்டியும் வந்துவிட்டால், தீர்ந்தது, அவன் முழுச் சோம்பேறியாகிவிடுவான்."

டிப்டி கலெக்டர் தாமோதரம் பிள்ளைக்கும், தனபாலச் செட்டியாருக்கும், அதே நாய்க்குட்டி விஷயமாக நடந்தது, இந்த உரையாடல், டிப்டிக் கலெக்டர், செட்டியார் போன பிறகு, தனது ப்யூனிடம் அந்தச் செட்டியார் பெரிய தொல்லை தருகிறார் என்றுகூடக் குறை கூறினார். செட்டியாரோ, கலெக்டர் துரை வீட்டிலே தான் கொடுத்த நாய் வளரப்போவது தெரிந்து பெருமை அடைந்தார்.

சிங்காரத்தின் தொல்லை தாங்காது சுகானந்தம் தனபாலச் செட்டியாரிடம் சென்று நாய்க்குட்டி வேண்டுமென்று கேட்டபோது, செட்டியார் மறுப்பார் என்று கொஞ்சங்கூட எண்ணவேயில்லை கேவலம் ஒரு நாய்க் குட்டியைப், பால்ய சிநேகிதனுக்குத்தர, தங்கமான குணம் படைத்த தனபாலு தடை சொல்வானா என்று நினைத்தார். செட்டியார் சொன்ன பதிலைக் கேட்டபோது, சுகானந்தத்துக்குத், தூக்கிவாரிப்போட்டு விட்டது.

"நாய்க்குட்டியா? சரிதான், டிப்டி கலெக்டர் இருக்கிறாரே, அவர், இந்தக்குட்டி தனக்கு வேண்டுமென்று, கெஞ்சிக் கூத்தாடினார். என்னசார் இது, ஒரு குட்டியை இன்கம்டாக்ஸ் ஆபீசர் வேண்டுமென்றார், சரி என்று அரைமனதுடன்

ஒப்புக்கொண்டேன். இருப்பது இன்னும் ஒன்றுதான், அதையும் கொடுத்துவிட்டு எப்படிதான் சார் மனசு நிம்மதியிருக்கும் என்று எவ்வளவோ சமாதானம் சொன்னேன், அந்த ஆள் பிடிவாதக்காரன் நூறானாலும் ஆயிரமானாலும் தருகிறேன், குட்டி கட்டாயம் கொடுத்தாக வேண்டுமென்று "ஆர்டரே" போட்டுவிட்டார். நான் என்ன செய்வது! அடுத்த தடவை கட்டாயம் உனக்குத் தருகிறேன்" என்றார் தனபால செட்டியார். சுகானந்தத்துக்கு கோபந்தான். கேவலம் ஒரு நாய்க்குட்டி, அதைத் தர மறுக்கிறானே, என்று கோபந்தான், ஆனால் அந்தக் 'கேவலம்' கலெக்டர் துரை வீட்டுக்கு அல்லவா குடி போகிறது. என்ன செய்வது! அடுத்ததடவை ஆகட்டும் என்ற பதிலை, தன் மகனுக்கு கொஞ்சம் மெருகு பூசித்தந்தார். சிங்காரத்துக்குக் கஷ்டமாகத்தான் இருந்தது, என்ன செய்வது? டிப்டி கலெக்டர், இன்கம்டாக்ஸ் ஆபீசர், என்று சொல்லிவிட்டபிறகு, இவன் என்ன கூற முடியும், சிங்காரத்தின் சார்பிலே தேவா ஆஜரானாள்!

'என்னப்பா இது ! நமக்கு எவ்வளவு வேண்டியவர் சுகானந்தம். அவருக்குக் கொடுத்தால் என்ன? இன்கம்டாக்ஸ் ஆபீசருக்கு நாய் வேண்டுமென்று யார் கேட்டார்கள், நீங்களாகத்தானே வலியவலியப் போய் கேட்கிறீர்கள் நாய்க்குட்டி வேண்டுமா, என்று' என்று தேவா வழக்குத் தொடுத்தாள். தனபாலச் செட்டியார் சிரித்தார், தேவாவின் உலக ஞானசூனியத்தைக் கண்டு!

'பைத்தியமம்மா நீ! நானாக வலியப்போவதாகக் கேலிசெய்கிறாயே, இன்கம்டாக்ஸ் ஆபீசர் வீட்டுக்கு மட்டுமல்ல டிப்டி கலெக்டர் வீட்டிற்கும் நானாகத்தான் சென்று, நாய்க்குட்டி வேண்டுமா என்று கேட்டேன். இன்னும் ஒரு குட்டி இல்லையே என்று வருத்தமும் படுகிறேன், உனக்கென்ன தெரியும் அந்த விஷயம்' என்று கூறினார்.

"இன்னொரு குட்டி இருந்தால் சுகானந்தத்துக்குத் தரலாம் என்று நினைக்கிறீரா? ஐயோ பாவம், அவ்வளவாவது உங்க சிநேகிதர் மீது அன்பு இருக்கிறதே அது போதும்" என்று தேவா கொஞ்சம் படபடப்பாகப் பேசி னாள். அந்தப் படபடப்பைக் கண்டு தனபாலச் செட்டியார் ஆச்சரியப்படவில்லை தேவாவுக்குத்தான் ஆச்சரியம் பிறந்தது, அவர் அதற்கு அளித்த மறுமொழி கேட்டு. "முட்டாள் பெண்ணே! மூன்றாவது குட்டி இருந்தால், அந்த விடியாமூஞ்சிக்குத் தருவேன் என்றல்ல நான் சொன்னதற்கு அர்த்தம், மூல்தானி இருக்கிறானே, நமக்கு கேட்கும்போது கடன் தருகிறானே, அவனுக்குக் கொடுத்திருப்பேன். நமது வீட்டு நாய்க்குட்டி, ஒன்று கலெக்டர் பங்களாவிலும், மற்றொன்று இன்கம்டாக்ஸ் ஆபீசர் வீட்டிலும் உலாவினால், எவ்வளவு இலாபம் தெரியுமோ நமக்கு. ஏது சார் நாய்க்குட்டி என்று யாராவது கேட்கிறபோதெல்லாம், டிட்டிக் கலெக்டரும், ஆபீசரும் "இதுவா, தனபாலச் செட்டியார் தந்தார்" என்று கூறுவார்களே! எத்துனை முறை என் பெயரை உச்சரிப்பார்கள். என்னைப் பற்றி பெரிய ஆபீசர்கள் பேசினால் ஊரிலே எனக்கு எவ்வளவு மதிப்பு இருக்கும். தபைாலச் செட்டியாருக்கும் கலெக்டருக்கும் பிராண சிநேகிதம், கலெக்டர் வீட்டிலே இருக்கிற நாய்க்குட்டி கூட, செட்டியார் கொடுத்ததுதான் என்று பெரிய மனிதர்களெல்லாம் பேசுவார்கள். இந்த நாய்க்குட்டிகள், நமது 'ஏஜண்டுகள்' போல அல்லவா, அங்கே இருக்கும். இது தெரியாமல் சுகானந்தத்துக்குக் கொடு என்று பேசுகிறாயே. பைத்தியமே! அவன், இந்த நாய்க்குட்டி தரவில்லையே என்று கொஞ்சம் கோபித்துக் கொள்வான், அதனாலே நஷ்டம் என்ன? கலெக்டர் வீட்டிலும், ஆபீசர் வீட்டிலும் இந்தக்குட்டிகள் போய்ச் சேருவதால் வருகிற இலாபம் எவ்வளவு! அதைக் கவனிக்க வேண்டும். வியாபாரியின் பெண்தான் இருந்து என்ன பயன்? சூஷ்மபுத்தி இல்லையே உனக்கு" என்று செட்டியார் உபதேசமே செய்துவிட்டார். தேவா தெளிவு பெற்றாள், தகப்பனார் காட்டிய வழி சரி என்றல்ல, அவர் ஓர் பணம்திரட்டும் கருவி என்ற தெளிவு பெற்றாள். ஏழையும் செல்வவானும்

இணைபிரியா நண்பர்களாக இருப்பினும், இளமை முதலே பிராண சிநேகிதர்களாக இருந்தாலும் இருவர் உலகமும் வேறு வேறு, எண்ணம், ஏற்பாடு, திட்டம் தத்துவம் சகலமும் வேறு வேறாகத்தான் இருக்கும் என்பதை அறிந்தாள். அன்றிரவு அவளையும் அறியாமல் கண்ணீரும் சிந்தியது, அந்த அளவு உருக்கம் காரணமில்லாமல் பிறக்கவில்லை; சிங்காரத்திடம் தேவாவுக்குக் காதல் அதற்கு முன்பே பிறந்து தவழ்ந்து கொண்டிருந்தது! கலெக்டர் வீட்டிலே வாழ வேண்டிய நாய்க்குட்டியை கடன் சுமை ஏறிக்கிடக்கும் வீட்டிலே கொண்டு வரச், சிங்காரம் முயற்சித்தான், மாளிகையிலே வாழ வழி வகுத்துக்கொண்டிருந்தார் சுகானந்தம் தன் மகளுக்கு, அவள் அந்த மண்சுவர் வீட்டிலே தன் 'மனோஹரன்' இருக்கக் கண்டாள்! நாயைக் கொண்டே, 'இலாபம்' பெறும் எண்ணங் கொண்டவரின் மகளுக்குக் "காதல்" பூத்துப் பயன் என்ன? கருகும், அல்லது அவர் கசக்கி வீசி எறிவார் கோபத்தோடு!

"அடுத்த தடவை" வந்தது, சிங்காரத்தின் சார்பிலே தேவா, மனு போட்டாள். இம்முறை தாயார் அதை நிராகரித்தாள், கடுமையான பேச்சுடன்.

"ரொம்ப இலட்சணந்தான்! அதுக பாவம், ஏழைக. அதுக வீட்டிலே நாயைக் கொடுத்தா, என்ன ஆகும், பாலும் பிஸ்கட்டும், வாங்கப் பணம் ஏது? நாய் நாலு நாளிலே சாகும், என்றாள் தேவியின் தாயார். உண்மைதான், ஆனால் உள்ளத்தைக் குமுறச் செய்யும் உண்மை. பாழாய்ப்போன ஜூலியா கர்ப்பமாகாமலிருக்கக் கூடாதா, குட்டியும் பிறந்து, அவருக்குக்கொடுக்க முடியாது என்றும் சொன்னால், அவர் எவ்வளவு வேதனைப்படுவார் பாவம், என்று குழம்பிக் கொண்டிருந்தாள், தேவா. 'அவர், அதாவது சிங்காரம், அடுத்த வீட்டு அன்னத்துக்கும் தனக்கும் மார்கழி போனதும் கலியாணம் என்ற ஆசையிலே இருந்தான். நாய்க்குட்டி ஆசையும் விடவில்லை. மறுபடியும் செட்டியார் வீட்டுக்கு நடந்தபடிதான் இருந்தான். ஊரிலே எந்த ஆபீசரும்

இணங்கவில்லை, நாய்க் குட்டியை ஏற்றுக்கொள்ள. எனவே, "பழைய சிநேகிதம் மறக்கலாமா" "கவர்னரே கேட்டால்கூடத் தரமாட்டேன் உனக்குத் தருவதாகக் கூறிவிட்ட பிறகு," "பேச்சு என்றால் பேச்சுத்தானே," என்ற மொழிகளைச் சேர்த்து, தனபாலர் நாய்க்குட்டியைத் தந்தார், சுகானந்தத்திடம். சிங்காரம், அன்னத்துக்குத் தர எண்ணியிருந்த முத்தங்களிலே அரைப்பாகத்துக்கு மேலாகவே, தந்துவிட்டான், ஜார்ஜுக்கு— அதாவது நாய்க்குட்டிக்கு!

நாய்க்குட்டியைப் பராமரிக்க வேண்டிய முறைகளை விளக்கமாகக் கூறினாள் தேவா. பால் இந்த அளவு பிஸ்கட் இத்தனை துண்டு தரவேண்டும் என்று கூறினாள். இராத்திரி வேளையிலே "மெத்து மெத்து என்று" துணி போட்டுப் படுக்க வைக்கவேண்டும் தெரிகிறதா என்று கூறினாள். தனபாலர் கூறினதிலே தவறு என்ன! பைத்தியக்காரப் பெண்தானே தேவா! சிங்காரத்தின் நிலை என்ன, நாய் வளர்ப்புக்காகத் தேவா போதிக்கும் முறை அவனால் நடத்தக்கூடியதா? எண்ணிப் பார்த்தாளா? அவள்தான் அவனை, "அவர்'' என்று மனதிலே கொண்டிருந்தாளே! ஆகவே அவரால், பாலும் பிஸ்கட்டும், பட்டு மெத்தையும் சம்பாதிக்க முடியும் என்று எண்ணிவிட்டாள்!! பித்தத்தில் ஒருவகைதானே காதல்! அந்தப் பித்தமும், ஒரே விநாடியிலே, ஒரே வாக்கியத்திலே போய்விட்டது தேவாவுக்கு. சிங்காரத்துக்கு தேவாவின் மனநிலை தெரியாது. நாய்க் குட்டியை எப்படி வளர்ப்பது என்று தேவா கூறிமுடித்ததும், சிங்காரம் "அதை எல்லாம் அன்னம் கவனித்துக் கொள்ளும்" என்று கூறினான் புன்னகையுடன். அன்னம் என்ற உச்சரிப்பே புன்னகைக்குக் காரணம் என்பது தேவாவுக்கு விளங்கிற்று. 'அன்னம் யார்?' என்று தேவா கேட்டாள். "ஏன் உனக்குத் தெரியாதா? அவளைத்தான், தை பிறந்ததும் அவன் கலியாணம் செய்துகொள்ளப் போகிறான்" என்று தேவாவின் தாயார் கூறினாள். அவன் புன்னகை பூத்த முகத்தோடு நின்றான்! பித்தம் தெளியும் நிலை பிறந்தது தேவாவுக்கு.

"ஜார்ஜ்" சிங்காரத்தின் சினிமா, காபி, சீட்டாட்டம் முதலிய பல வழக்கங்களைப் போக்கிவிட்டான். கையில் கிடைக்கும் 'காசு', பிஸ்கட்டாகப் பாலாகச், சோப்பாக, மாறும்போது, சீட்டாட்டமும் சினிமாவும் ஏது? அன்னத்துக்கு அன்புடன் என்றேனும் ஓர் நாள் வாங்கித்தரும் கனகாம்பரம்கூட, பிஸ்கட்டாகிவிட்டது! 'ஜார்ஜ்' நன்றாக வளரவேண்டும் என்பதிலே அவன் அவ்வளவு அக்கரை காட்டினான் செலவைப் பொருட்படுத்தாமல், ஆனால் 'ஜார்ஜ்' இந்த ஏழை வீட்டுக்கு ஏற்றதா, திருப்தியோடு வளர மெலிந்தான். உடலிலே சொறி கண்டது, ஓயாது அழுவான். 'ஜார்ஜ்' வரவர அவலட்சணமாகவும் ஆகி வந்தான். சிங்காரம், இந்த நாய் குட்டிக்காகப் பணத்தைப் பாழாக்குவது, அன்னத்துக்குப் பிடிக்கவில்லை. "அதன் வயிறு என்ன வயிறோ, ஒரு நாளைக்கு நாலணா பிஸ்கட்டைத் தின்றுவிடுகிறதே. இவ்வளவு தின்றும், எலும்பும் நோலுந்தான் மிச்சமாக இருக்கிறது" என்று ஏசுவாள் அன்னம். இந்த வீண் செலவை எப்படியாவது நிறுத்த வேண்டும் என்று முயற்சி செய்தாள்.

"சோறு போடலாமே ஜார்ஜுக்கு" என்று யோசனை கூறினாள். செலவைக் குறைக்க, "செச்சே! ஒரு ஆறுமாத காலம், பாலும் பிஸ்கட்டுந்தான் தரவேண்டும். தேவா அதை வற்புறுத்தி வற்புறுத்திக் கூறினாளே தெரியுமா?" என்றான் சிங்காரம். "பொழுது சாயும்போது அந்த நாய்க் குட்டியைக் குளிப்பாட்டுவானேன்" என்று கேட்பாள் அன்னம், "இது தேவாவின் யோசனை" என்பான் சிங்காரம். கைதவறி நாய்க்குட்டியைக் கீழே போட்டு விட்டாலோ, அன்னத்தைக் கண்டிப்பான்! அந்தக் கண்டனம்கூட அவளுக்கு அவ்வளவு கஷ்டமாக இல்லை, இடையிடையே தேவா, தேவா, என்று பேசியதுதான் கஷ்டத்தைத் தந்தது. தேவாமீது அன்னத்துக்கு அசூயையே பிறந்தது. தேவாவையே கொண்டு வந்து வளர்ப்பது தானே என்று கேலியாகக் கூறிவிட்டாள் ஒரு நாள். அந்தச் சமயம் சிங்காரம் பார்த்த பார்வை அன்னத்தின் கண்களிலே நீரைப் பெருக்கிவிட்டது. தேவாமீது பிறந்த கோபம், அன்னத்தின் வீட்டை விட்டுக்கிளம்பி, தனபாலச்

செட்டியாரின் அழகான மாளிகைக்குள் நுழையுமா? "ஜார்ஜ்"மீதுதான் பாய்ந்தது, அதுவும், சிங்காரம் வீட்டில் இல்லாத சமயங்களில்.

அன்று மழை! தெருவெல்லாம் சேறாகிவிட்டது சிங்காரம் வசித்து வந்த வீதியிலே 'தார்ரோடு' இருக்குமா, அவன் என்ன தனபாலனா! அந்தச்சேற்றிலே உருண்டு புரண்டு "ஜார்ஜ்" தன்னுடைய வெள்ளை நிறத்தைக் கெடுத்துக்கொண்டு, வீதி சுற்றி வீட்டு இலைக்குக் குலைத்துக்கிடக்கும் 'மட்டரக' நாயாக நின்றான். அன்னம் தேவாவை எண்ணி, ஒரு வகையான திருப்தி பெற்றாள். அந்தத் தேவாவும், வாழ்க்கையிலே சேறும் அழுக்கும் நிறைந்த இடத்திலே போய்ச் சேர்ந்தால், இந்த ஜார்ஜு போலத்தான் உருமாறிப்போவாள். இப்போது உள்ள மினுக்கும் தளுக்கும் இராது என்று எண்ணினாள். கொஞ்சம் சந்தோஷமும் அடைந்தாள். அர்த்தமற்ற ஆனந்தந்தான், ஆனால் அன்னம் அதற்குமேல் என்ன எதிர்பார்க்க முடியும்! ஏழையின் கண்ணீருக்குத்தான் ஆழ்ந்தபொருள் இருக்கும். ஜார்ஜின் நிலையைக்கண்டான் சிங்காரம். அதை இந்தக் கதிக்கு ஆளாகவிட்டு, இளித்துக்கொண்டிருக்கும், அன்னத்தையும் கண்டான், கடுங்கோபம் கொண்டான்: சீறினான்; கண்டபடி ஏசினான், அன்னத்தை அடிக்கவும் கை ஓங்கினான்: தெருக்கோடியிலே, ஒரு கூட்டம் வரக்கண்டு, அடங்கினான்.

தனபாலச் செட்டியாரின் தூரபந்து, குழந்தைவேலு முதலியார். செட்டியாருக்கு முதலியார் பந்துவா? என்று சந்தேகம் பிறக்கும், விஷயம் இது. 'செட்டியார்' என்று சிலபகுதிகளில் வாழும் முதலியார்களுக்குப் பட்டம்உண்டு. தனபாலர் அந்த வகை. குழந்தைவேலரின் ஒரே குமாரர் அருமைநாதன்; சமூகசேவாசங்கத்தலைவர், அந்தச் சங்கத்தை ஆரம்பித்தவர், நடத்துபவர், தலைவர் யாவும் அருமைநாதனே தான்! சர்க்கார் மானியமும், கன தனவான்களின் நன்கொடையும், அந்தச் சங்கத்துக்கு ஏராளம். அருமைநாதன்; ஏழை எளியவரின்

நல்வாழ்க்கைக்காகத் தமது உடல்பொருள் ஆவி மூன்றையும் அர்ப்பணிக்கத் தணிந்துவிட்டவர், என்று அவரைப்புகழாத பத்திரிகையே கிடையாது. சமூக சேவா சங்கத்தலைவரின் அபாரகான பணியினால், ஏழையின் எந்தப்பிணியாவது போயிற்றா என்று மட்டும் யாரும் கணக்குப் பார்த்ததில்லை; பார்க்கவுங் கூடாதல்லவா? அருமைநாதர் என்ன அன்னக்காவடியா, சீமான் மகன் அவர்; 'அடிக்கடி' ஏழைகளின் விடுதிகளைப் பார்வையிடுவார். பிய்ந்து போன கூரைகள், உடைந்த மண்பாண்டங்கள், சரியும் சுவர்கள், குப்பைகூளக் குவியல்கள், ஈமொய்க்கும் இடங்கள், புழு நெளியும் சாக்கடைக்கால்கள் ஆகியவற்றைப் பார்வையிடுவார். பிறகு, இந்த அசுத்தங்களினாலே தான், பிளேக், இன்புளூயென்சா, காலரா முதலான நோய்கள் பிறக்கின்றன. அவை ஏழைகளைச் சாகடித்துவிட்டுப் பிறகு, நகரெங்கும் பரவி, மக்களை அழிக்கின்றன, என்பதுபற்றிய விளக்கத்தை உரைப்பார். இந்த அசுத்தம் நிரம்பிய இடத்திலேயே இருந்து தீரவேண்டிய நிலை ஏன் ஏழைக்கு வந்தது, என்பது பற்றி அவர் பேசினதில்லை. பேசும்படி கேட்டவர்களுமில்லை. அருமைநாதரின் கண்கள் இந்த ஏழை விடுதியிலே உள்ள அசுத்தத்தைக் காண்பதோடு ஓய்வு எடுத்துக்கொள்ளவில்லை. அழுக்கு ஆடையை அணிந்து கொண்டிருந்த அழகிய அபலைகளையும், கூர்ந்து கவனித்து வந்தார்; கண்ணடியிலே விழும் கனியைச் சுவைப்பார், மற்றதுகளைப்பற்றி, சிச்சீ! இந்தப்புழம் புளிக்கும் என்பார். அவர் "சமூக சேவா சங்கவேலைசெய்ய" தேவா சகிதம், வந்தார் அன்று; அழகான மங்கையும் ஆடம்பர ஆடவனும், ஏழைகளின் விடுதிப்பக்கம் வந்தால், கும்பல் சேரத்தானே செய்யும். "ஜார்ஜை"யும் மறந்து, சிங்காரம், அந்தக் கும்பலைக் கவனிக்கத் தொடங்கினான். தேவாவின் கண்கள் சிங்காரத்தின்மீது கோபத்தைக் கக்கிற்று. "இதுதானா நீ நாய் வளர்க்கும் இலட்சணம்" என்று கேட்டாள். அருமைநாதன் விஷய விளக்கம் கேட்டான். கோபத்தோடு பதிலளித்தாள், தேவா. "அப்பா" கொடுக்க இஷ்டப்படவே இல்லை. அம்மாவும், இந்த அன்னாடிகளுக்குக் கொடுக்கக் கூடாது என்று சொன்னார்கள். நான்தான், பிடிவாதமாகப்

பேசி, நாய்க்குட்டியை வாங்கிக்கொடுத்தேன். அதை இந்த இலட்சணமாக்கி விட்டார்கள்" என்றாள். தேவா கோபத்தைக் கக்கிக்கொண்டிருந்தபோது, சிங்காரம் பயத்தோடு, நாய்க்குட்டியைத் துடைத்துவிட்டுக் கொண்டிருந்தான். "அன்னாடிகள் " என்ற சொல், சிங்காரத்தின் இருதயத்திலே வேல் பாய்வதுபோல் பாய்ந்தது. இருதயத்திலே ஆயிரம் வேல்பாய்வது போலாகிவிட்டது. அருமைநாதனின் பேச்சு! அவன் சொன்னான், 'என்ன தேவா! இந்த ஏழைகளிடம் தரலாமா. இந்த அருமையான நாய்க் குட்டியை, இதுகளுக்கே, சுத்தமாக வாழத்தெரியாமல், குப்பையில் புரண்டுகொண்டிருக்கின்றன. இதுகளைச் சீர் திருத்திக் கழுவிக் குளிப்பாட்டும் வேலையிலே நாம் ஈடுபட்டிருக்கிறோம் நீ, இவன் நாய்க்குட்டியைச் சுத்தமாக வைத்துக்கொள்ளவில்லை என்று குறைப்படுவது தவறு. "ஜார்ஜ்"ஜின் உடல் அழுக்குக் கிடக்கட்டும், இவன் தலையைப்பார் வறண்டுகிடக்கிறது. சட்டையிலே பார் எவ்வளவு அழுக்கு, காலிலேபார் சேறு, கண்ணிலேபார் மசி, இவன் இருக்கும் இலட்சணத்தைக் கவனிக்காமல் நாய்க்குட்டியைக் கவனிக்கிறாயே, நீ ஒரு "பைத்யம்" என்றான். 'ஆமாம்' என்றாள் தேவா; ஆனால் அருமைநாதன் கூறியதை எண்ணியல்ல. இப்படிப்பட்டவனைக் கலியாணம் செய்து கொள்ளவேண்டுமென்றுகூட ஒரு சமயத்திலே நினைத்தோமே என்ற எண்ணத்தாலேதான். சிங்காரத்தால் அழத்தான் முடிந்தது, அன்னம் முணு முணுத்தாள், கையை நொடித்தாள், வேறு என்ன செய்வாள்? சேவா சங்கத்தலைவர் சேல் விழியாளுடன் போய்விட்டார். போகு முன்பு, அன்னத்தின் அழகை ஒரு முறை பார்த்துவிட்டார்!

சிங்காரம், தன் உலகை உணர்ந்து கொண்டான். செல்வவான்களின் வாழ்க்கை அம்சங்களிலே சிலவற்றையாவது தானும் அனுபவிக்கவேண்டும் என்ற 'வீணான மோகம்' ஏற்பட்டதற்காக வருந்தினான். "கான மயிலாடக் கண்டிருந்த வான்கோழி"யானதால், வீணான சஞ்சலமே ஏற்பட்டதை உணர்ந்தான்.

நாலைந்து நாட்களுக்குப் பிறகு ஓர் நாள், அருமைநாதன், மோட்டாரை ஓட்டிக்கொண்டு, அந்த வீதிப் பக்கம் வந்தான், சமூக சேவைக்காக அல்ல; அன்னத்தைத் தரிசிக்கலாம் என்று, "ஜார்ஜ்" கவனிப்பாரற்றுக் கிடந்த சமயம் அது. புழுதியிலே படுத்துக்கிடந்தது. மோட்டாரின் சக்கரத்தில் சிக்கிற்று, நொறுங்கிச் செத்தது; அன்னத்தைப் பிறகு பார்த்துக்கொள்வோம் என்று, அருமைநாதன், மோட்டாரை ஓட்டிக்கொண்டு போய் விட்டான்.

"அடபாவி" என்று அலறினாள் அன்னம். ஜார்ஜை வாரி எடுத்து அணைத்துக்கொண்டாள். கூக்குரல் கேட்டு உள்ளே இருந்து ஓடிவந்தான் சிங்காரம். மோட்டாரைக் காட்டினாள் அன்னம். பேசாமல், ஜார்ஜை, அன்னத்தினிடம் இருந்து வாங்கிக்கொண்டான். இரண்டு சொட்டுக் கண்ணீர்விட்டான்.

"உடலிலே சேறு பூசிக்கொண்டதற்கு உருகிப் போனான் படுபாவி. இப்போது சாகடித்துவிட்டுத் திரும்பிக் கூடப் பார்க்காமல் போகிறான்" என்று கூறி அழுதாள் அன்னம். புறக்கடையிலே ஒரு பள்ளம் தோண்டிப் புதைத்தான் இறந்துபோன ஜார்ஜை மட்டுமல்ல, அன்னத்தின் மீது கொண்ட கோபத்தை, ஆடம்பரப் பிரியத்தை, பழைய நாளைய எண்ணங்களை.

நாலைந்து வருஷங்களுக்குப் பிறகு ஓர்நாள் "வெள்ளை" மீது கருப்பனை உட்கார வைத்து, வேடிக்கை பார்த்துக்கொண்டிருந்தாள் அன்னம். "கருப்பண்ண சாமி" தயவால் பிறந்தான் என்று எண்ணி, தன் குழந்தைக்குக் கருப்பண்ணன் என்று பெயர் வைத்தான், சிங்காரம். வெள்ளை அவன் வீட்டு நாய்; அது பிஸ்கட்டும் தின்பதில்லை, பாலும் குடித்ததில்லை; எங்கோ, எதையோ, எப்போதோ தின்றுவிடும், சிங்காரத்தின் வீட்டுக்குத்தான் காவல்புரியும். குழந்தைக்குக் குதிரையாக இருக்கும். கோலால் அடிபடும், ஆனால் வீட்டையும் மறக்காது, குடும்பத்தில் யாரைக்

கண்டாலும் வால் ஆட்டிக் களிக்கவும் தவறாது. என்றைக்கேனும் ஓர்நாள் எச்சில் இலையிலே இரண்டுபிடி சோறுவைத்து அன்னம் கூப்பிடுவாள், "வெள்ளே வெள்ளே!!" என்று. வெள்ளைக்கு அதுவே விருந்து. வெள்ளை பிறந்த இடம் தெருக்கோடி பாழ் மண்டபம். தாயும், தந்தையும் தெருப்பொறுக்கிகள், தனபாலச் செட்டியாரின் வளர்ப்புகள் அல்ல. அந்தப் பரம்பரையில் பிறந்த 'வெள்ளைக்கு' விருந்துதானே அது. மனிதர்களிலே மட்டுமல்ல சகல ஜீவராசிகளிலும் இரண்டு வகையான பரம்பரை இருப்பதைச் சிங்காரம் தெரிந்து கொண்டான்; தெளிவு பெற்றான் !

வேலை போச்சு

அவர் எழுதிக் கொடுத்தார், விசாலாட்சி விவாகம், என்று. நான் விசாலாட்சி விவாதம் என்று அச்சுக்கோர்த்தேன்! தூக்கவேலை, கொஞ்சம் துக்கமுங்கூடத் தான். எனவே தவறுமேல் தவறாகிவிட்டது.

சாமி காவடியானந்தர், என்று தெளிவாகத்தான் அவர் எழுதினார், நானோ அதை,

காமி சாவடியானந்தர் என்று பிழையுடன் அச்சிட்டேன். அது போலவே,

காசுமாலை

காமாலை

மணி அரசு

பிணி அரசு

விசாலம்

விசாரம்

வேதம்

பேதம்

மொய்

பொய்

என்று பல பிழைகள் ஏற்பட்டுவிட்டன, என் அஜாக்ரதையினால். துண்டு விஷயந்தான் இவ்வளவுக்கும் அதிலும், எங்கள் ஆசிரியர் மணி மணியாக எழுதுவார்— அதாவது எழுத்துக் கோர்வையாக, அச்சுப் போலவே இருக்கும் விஷயம் இருக்கட்டும், அது தானா முக்கியம், அவருக்குப், பக்கம் பக்கமாக எழுதவேண்டிய வேலை கிடையாது. சுருங்கக் கூறுவதே சூட்சமம் என்பது அவருடைய இலட்சியம்! பத்திரிகையின் பக்கங்கள், பேனாவின் தயவினாலே அல்ல, காரியாலயக் கத்தரிக்கோலின் கருணையால், அழகாக இருக்கும்.

"தம்பீ ! இது ஒரு பிரபல திருமணம். அழகாக அச்சிட்டு, இந்த விலாசத்துக்கு ஐம்பது பிரதிகள் அனுப்பி வைக்க வேண்டும், தெரிகிறதா" என்று கூறித் தாளைக் கொடுத்தார். நாளை மறுநாள் வருகிறேன் என்று துணை ஆசிரியருக்குக் கூறினார், துரிதமாக வெளியே சென்றார். தீபாராதனைக்குக் கற்பூரம் சரியாகக் கிடைக்காது கஷ்டப் பட்ட பக்தர்களின் தூதுக் கோஷ்டி, அன்று கலெக்டர் பிரவுன் துரையைக் காணப் புறப்பட்டது. அவர், ஒரு கிராம வைத்தியசாலைத் திறப்பு விழாவுக்குச் சென்றிருந்தார். அந்தக் கிராமத்துக்குக் கிளம்பிற்று தூதுக் கோஷ்டி. எங்கள் ஆசிரியர், அந்தத் தூதுக் கோஷ்டிக்குத் தலைவர்! பெயரும் பொருத்தந்தான். அனுமந்தராவ்! அவருடைய திருநாமம்! சில சமயம் வீட்டிலே அவர் சிரமப்படுவதுண்டு, தன் மனைவியைப் பெயரிட்டு அழைக்க அம்மையாருக்குச் சீதாலட்சுமி என்று பெயர் இருந்தது!! ஆமாம், இவ்வளவு கூறின நான், பத்திரிக்கையின் பெயரைக் கூறவில்லையே; பாருங்கள் அவ்வளவு மறதி எனக்கு! "வியாசர்" எங்கள் பத்திரிகையின் பெயர்.

"வியாசர்" பத்திரிகை ஆசிரியர் அனுமந்தராவ், தன் பாரியை சீதாலட்சுமியிடம் விடை பெற்றுக்கொண்டு, துணை ஆசிரியர் கருடாழ்வார் முதலியாரை நிர்வாகத்தைக் கவனிக்கும் பொறுப்பிலமர்த்தியதும், கிண்டிக் குதிரைப் பந்தயத்திலே

அந்தக் கிழமை ஓடும், அசுவ இலட்சண விளக்கப் புத்தகத்திலே அவர் ஈடுபட்டு, ஆசிரியர் தந்த செய்தியை நான் அவசரத்திலே அச்சுப் பிழையுடன் செய்து கொடுத்தபோது, "ஏண்டா! தம்பீ! (என்ன எல்லோரும் தம்பி, தம்பி என்று கூப்பிடுகிறார்களே இவன் சிறு பயலோ என்று சந்தேகிக்காதீர்கள். எனக்கு வயது 40 என் பெயர் தம்பி முதலியார்!) சரியாகத்தானே செய்தாய்?" என்று கேட்டுவிட்டு, ஒரு முறை ஒப்புக்கு அதைப் பார்த்து "சரி போடு!" என்றார். மெஷின், அந்த அபத்தத்தை ஏற்க மறுக்குமா என்ன! அச்சுப் பிழை மட்டுமா, அது எவ்வளவோ, கருத்துக் கோளாறுகளைத் தாங்கித் தாங்கி, உரம்பெற்றதாயிற்றே; அது மள மள வென்று, அடித்துத் தள்ளிவிட்டது. பொழுது பல பலவென விடிந்ததும், பத்திரிகையைப் பார்சல் செய்யும் வேலை மட மட வென்று நடந்தது.

இரண்டாம் நாள் இரவு, தட தடவென்று கதவைத் தட்டினான் ஆபீஸ் பையன். திறந்தேன், திடுக்கிட்டேன்; அவசர அழைப்பு ஆசிரியரிடமிருந்து; ஓடினேன், கிடு கிடு வென்று!

"தம்பி! தலையிலே கல்போட்டாயே !" என்றார் ஆசிரியர் அனுமந்தராவ். கருடாழ்வாரைக் காணோம். பத்திரிகைக்கு அவர் கொடுத்த தாளை எடுத்துவரச் சொன்னார், கொண்டு வந்தேன், படி என்றார், படித்தேன். அது இது.

பிரபல திருமணம்

பலசரக்குக் கடையின்றிப் பிரபஞ்சம் நிலைக்குமா? முடியாது! நமது ஊரிலே பலசரக்குக் கடைகள் பல இருந்தாலும், பண்டரி விலாஸ் கடைக்கு ஈடாகுமா? ஆகாது ! அந்தக் கடைக்கு முடிசூடா மன்னராக விளங்கும், முகுந்த ராஜா முதலியாரின் மூத்த குமாரி, சௌபாக்யவதி விசாலாட்சி அம்மாளின் விவாகம், விமரிசையாக இன்று காலை

நடைபெற்றது மணமகன் மணி அரசு முதலியார், ஜெகஜோதியான வைரக் கடுக்கன்கன் அணிந்து காட்சி அளித்தார். ஸ்ரீமதி விசாலம் புதிய காசுமாலையுடன் காட்சி தந்தது, கண்கொள்ளாக் காட்சியாக இருந்தது. ஸ்ரீமான் முதலியாரின், வைதிக சிரத்தையை அறிந்த பிராமண சிரேஷ்டர்கள், காலையிலே, வேதம் ஓதினர் ! இது புதிய முறையல்ல. பழைய ராஜாக்கள் காலத்திலே இதுவே சம்பிரதாயம்! மாங்கலியதாரணம், முதலிய சர்வ சம்பிரதாயக் காரியங்களும் இனிது நிறைவேறிய பிறகு, உள்ளூர் வெளியூர்ச் சீமான்கள், மொய் எழுதினர். மாலையிலே அருமையான சங்கீதக் கச்சேரி நடைபெற்றது. ஆனால் ஒரு விஷயம் இங்கு குறிப்பிட வேண்டி இருக்கிறது. சங்கீதம் சாஸ்திரோக்தமாக இல்லை, அது என்னமோ தமிழ் இசை என்று சிலர் கூறுகிறார்களே, அதுவாம் அது. ஊர்வலம் நடைபெற்றது ஊரெங்கும் இதே பேச்சு, இவ்வளவுக்கும் சிகரம் வைத்தது போல இருந்தது, காலையும் மாலையும் கலியாணத்துக்குச் சாமி காவடியானந்தர் விஜயம் செய்தது. அவர் நமது ஆசிரியர் அனுமந்தராவிடம் அன்யோன்யமாகப் பேசியது கண்டு, "கற்றாரைக் கற்றாரே காமுறுவர்" என்று பலர் கூறினர். முகஸ்துதியில் பிரியமில்லாத நமது ஆசிரியர், அந்தப் புகழுரையைக் கேட்டும் கேட்காதவர் போலிருந்தது, குறிப்பிடத் தக்கது.

இது தான் ஆசிரியர் தந்தது. இதிலே தான் விசாலம் விசாரமாகி, விவாகம் விவாதமாகி, சாமி காவடி யானந்தர் காமி சாவடியானந்தராகி, காசுமாலை காமாலையாகி, மணி அரசு பிணி அரசாகி, வேதம் பேதம் என்றாகி, மொய் பொய் என்றாகி வெளிவந்தது, எல்லாம் அச்சுப் பிழை தான். ஆனால் ஆசிரியர் அனுமந்தராவ், "தம்பி! என் வாழ்க்கையையே வதைத்துவிட்டாய்" என்று போட்ட கூச்சல், உண்மையாகவே, நான் செய்த பிழை மிக மிகக் கொடுமையானது என்று உணர்த்திற்று. உரத்த குரலிலே கூறிவிட்டார். "உன் கணக்குத் தீர்த்தாகிவிட்டது. வேலைக்கு வேண்டாம் இனி, போ வெளியே" என்றார். வெளியே சென்றேன், வேறென்ன

செய்யமுடியும் ! ஒரு துண்டு விஷயத்தை இவ்வளவு பிழைகளுடன் வெளியிட்டால், அச்சுக் கோர்ப்பவனுக்கு அச்சகத்திலே, அலுவல் கிடைக்கத்தான் செய்யாது. என்ன செய்வது! ஏக்கம் கொண்டேன் தூக்கம் வரவில்லை. போக்கிடமின்றித் தவித்தேன்.

வேலை இல்லை என்ற உடனே வேலாத்தா — என் மனைவிக்குக் குல தெய்வத்தின் பெயரையே வைத்து விட்டார்கள் — கொண்ட கோபம் இருக்கிறதே, இவ்வளவு அவ்வளவு என்று சொல்லி முடியாது. "ஒரு நாளைக்கு, ஒரு வேளை சோத்திலே, தப்பித் தவறி ஒரு கல் இருந்துவிட்டா, என்னா கோபம் வருது உங்களுக்கு. இத்தனை காலமா அச்சாபீசு வேலையிலே இருக்கறிங்க, இவ்வளவு தப்புச் செய்யறிங்க எவன் கொடுப்பான் வேலை" என்று பேசினாள். பேசினாள் என்று ஒப்புக்குச் சொல்றேன், அவ போட்ட கூச்சல் இருக்கே, வேலாத்தாளே (குலதெய்வம்) வந்தது போலிருந்தது. என்னால் வேதனையைத் தாங்க முடியவில்லை. சே! குடும்பமும் வேண்டாம், இந்தக்குத்தல் குடைச்சலும் வேண்டாம், பேசாமே சன்யாசி ஆகிவிட வேண்டியதுகான் என்று தீர்மானித்து வேகமாக வீட்டை விட்டு வெளியேறினேன். நடந்துகொண்டேயோசித்தேன், வேலாத்தா போல, ஊரிலே எத்தனையோ அம்மணிகள் இருப்பார்களே, அவர்களிடந்தானே போய் பிச்சை கேட்கணும். "தடியனாட்டம் இருந்துகொண்டு, பிச்சை எடுக்க வந்து விட்டாயா?" என்று ஏசுவார்களே, என்ற பயம் பிறந்தது. சரி நிஜமாகவே சன்யாசி ஆகவேண்டியதில்லை ஒரு நாளைக்காவது, வீட்டுக்குப் போகாமலிருப்போம் வேலாத்தா "என்னமோ ஏதோ" என்று அழட்டும் என்று எண்ணினேன். எங்கெங்கோ சுற்றி விட்டு, இரவு பத்து மணி சுமாருக்கு, ஊர்க்கோடி சாவடியிலே போய்ப் படுத்தேன். அரைத் தூக்கம், அந்தச் சமயத்திலே "நமச்சிவாயம் !" என்று சத்தம் கேட்டது. சாவடிக்கு சாமி காவடியானந்தர் வந்தார். நான் படுத்திருந்த மூலையிலிருந்து எழுந்திருக்கவுமில்லை, பேச்சுக் குரலும் கொடுக்கவில்லை, நல்ல வேளையாக அவர் என்னைப்

பார்க்கவில்லை. பார்த்துவிட்டால் என்ன செய்வது என்ற திகில் எனக்கு. "அடே பயலே! நீ தானே, என்னை, காமி சாவடியானந்தர் என்று அச்சடித்தது" என்று கேட்டு ஏதாவது மந்திரம் போட்டு விட்டால் என் கதி என்ன ஆகும்! நானோ பிள்ளை குட்டிக்காரன்! வாய் திறவாமல் சுருட்டிப் படுத்துக்கொண்டிருந்தேன்.

"ஏன் சாமி!" என்று வேறோர் குரலும் கேட்டது. நான், 'சாமியார், நமசிவாயம்' என்று சொன்னதும், ஆண்டவன் பெயரைச் சொல்கிறார் என்று நினைத்துக் கொண்டேன். அது ஒரு ஆசாமியினுடைய பெயர் என்று அப்போது தான் தெரிந்தது. அவனும் சாமியாரும் ஏதேதோ பேசி விட்டு, அந்தக் கலியாணப் பேச்சையே ஆரம்பித்துவிட்டனர், எனக்குப் "பகீர்" என்றாகிவிட்டது சரி, நம்மைத்தான் திட்டப் போகிறார்கள் என்ற நினைப்பிலே, அதற்கு தகுந்தாப்போல, "யாரு சாமி! பேப்பரிலே, எழுதினவன், தாறுமாறாக" என்று வேறு நமசிவாயம் கேட்டுத்தொலைத்தான். சாமியார் சிரித்துவிட்டு, எழுதினவன் பேரில் தவறு இல்லை. அவனிடம் இருக்கிற கம்பாசிட்டர் ஒரு குருட்டுப்பயல் போலிருக்கு, அவன் அச்சுக் கோர்த்த போது தப்பும் தவறுமாகச் செய்துவிட்டான்'' என்றார் சாமியார். "சிரிக்கிறீரே சாமி! அந்தப் பயல் செய்த காரியத்துக்கு, என் எதிரே கிடைத்தானானா....." என்றான் நமசிவாயம். ஐயோ! வேலாத்தாளின் கோபமே, பரவாயில்லையே, அடிபட்டாலும் வசவு கேட்டாலும், நம்ம மனைவிதானே என்ற சமாதானமாவது இருக்கும். இந்தப் பயல் யாரோ, வழியே போகிறவன், இவனல்லவா ' கருவுகிறான்' என்று தோன்றிற்று என்ன செய்வது. இடபேதம்! பேசாமல் கிடந்தேன். சாமியார் என் பக்கம் பரிந்து பேசலானார்! "அவன் செய்த தவறிலே கூட எவ்வளவோ உண்மை இருக்கிறது நமசிவாயம். உண்மையைச் சொல்லவேணுமானா, நான், காவடி கைங்கரியம் நடத்தி இந்தச் சாவடியைக் கட்டிச், சாமி காவடியானந்தர் என்று பெயரெடுத்தேன். அந்தக் கம்பாசிடர் கைதவறுதலாக, காமி சாவடியானந்தர் என்று

அச்சடித்துவிட்டான். அது ஒன்று தவிர, மற்றது, பெரும்பாலும், உண்மையே தான்!" என்றார். எனக்குத் தூக்கிவாரிப் போட்டது. நமசிவாயத்துக்கும் அப்படித்தானே இருந்திருக்கும். நான் பேச முடியாத நிலை, அவனுக்கென்ன பயம், பேசினான், கோபமாகவே. "வேடிக்கை பேசுகிறீர் சாமியாரே! அந்த முட்டாள், விசாலாட்சி விவாகம் என்பதை, விவாதம் என்று அச்சடித்திருக்கிறான், அவனுக்குப் பரிந்து பேசுகிறீர்களே!" என்று கேட்டான். முட்டாளாம், நான்! என்ன செய்யலாம்! அவளும் அதையேதான் வேறே பாஷையிலே சொன்னாள். "உங்க புத்தி இருக்கே, உலக்கைக் கொழுந்து" என்று சொன்னாள், கோபம் வந்தது எனக்கு, இவன் என்னை முட்டாள் என்று அழுத்தந்திருத்தமாகக் கூறுகிறான், போறாத காலம். சாமியார், "நமசிவாயம்! விவாகம் என்று அச்சடிப்பதைவிட, விவாதம் என்று அச்சு அடித்ததுதான் பொருத்தம். ஏனென்றால், இந்தக் கலியாணம், விசாலாட்சிக்குக் கொஞ்சம் கூட இஷ்டம் கிடையாது. அவள் தாயாரிடம் இதுபற்றி விவாதித்தாள், புத்தி சொல்லப்போன என்னிடங்கூட விவாதித்தாள். ஆகவே, அவன் விவாகம் என்பதை விவாதம் என்று அச்சடித்தது, உண்மை, அவன் கை தவறுதலாலே, வெளிவந்தது என்று தான் அர்த்தம்," என்றார். "ஏன் விசாலாட்சிக்கு இஷ்டம் இல்லை?" என்று கேட்டான் நமசிவாயம். சாமியார் கேட்டார், 'மாப்பிள்ளை பெயர் என்ன?" என்று. "மணி அரசு" என்றான் நமசிவாயம். அதைத்தானே அந்தப் பயல் "பிணி அரசு" என்று அச்சடித்தான் என்று கேட்டார் சாமியார். அதற்காகத்தான் அந்தப் பிரகஸ்பதியைப் பாராட்டுகிறீரா? என்று நமசிவாயம் கேட்டான். சாமியார் "அவன் கை தவறி, மணி அரசு என்பதை பிணி அரசு என்று அச்சுக் கோர்த்தான். ஆனால் தெரிந்தே அப்படி அச்சடித்தாலும் தவறு இல்லை. ஏனென்றால் உண்மையிலேயே மாப்பிள்ளை நோயாளிதான். அவனுக்குக் 'காமாலை வியாதி' என்றார் சாமியார். நான் பூரித்துப்போனேன். "நோயாளியை மணம் செய்துகொள்ளும் பெண்ணின் பெயர் விசாலம் என்று இருந்தால் என்ன, அவன் தவறாக அச்சடித்தானே விசாரம் என்று, அது தான் பொருத்தம்

என்று சாமியார் கூறினார். நமசிவாயத்தின் வாய் அடங்கி விட்டது. எனக்கோ துடிதுடிப்பு! எழுந்து போய் சாமியார் காலிலே விழவேண்டும் என்று. அடக்கிக்கொண்டு படுத்திருந்தேன், "யோசிக்கப்போனால் அந்தக் கம்பாசிட்டர் செய்தது ஒன்று கூடத் தவறு கிடையாது. "காசு மாலை மாப்பிள்ளை போட்டது, அவன் காமாலைக்காரன், ஆகவே காசு மாலை என்று அச்சிடாமல், காமாலை என்று அச்சிட்டதிலே எழுத்திலே பிழையே தவிர உண்மையிலே, பிழையல்ல. வேதம் என்பதை பேதம் என்று அச்சடித்தான். வேதம் உண்மையிலேயே, ஜாதி குலம் முதலிய பேதத்தை ஏற்படுத்தத் தோன்றியதே. அது மட்டுமில்லை, அன்றுவேதம் ஓதினார்களே பார்ப்பனர்கள், அவர்கள் ஓதியது, சரியான வேதமல்ல, ரொம்ப ரொம்பப் பேதம் இருந்தது, அந்த அரைகுறை ஆசாமிகளின் வேத பாராயணத்திலே. மொய் எழுதினாரே, அதிலே பெரும்பகுதி பொய்தான் வெறும் கௌரவத்துக்காக, எந்தெந்த ஊரிலிருந்தோ யாராரோ, ஐம்பதும் நூறும் மொய் அனுப்பினதாகப் பொய் சொன்னார், ஆகையால், மொய் என்பதற்குப் பதில் பொய் என்று அச்சடித்ததும் சரியே!" என்றார் சாமியார் நமசிவாயத்தின் கோபம் என் மீது இருந்தது போய்விட்டது. முகுந்தராஜ முதலியார் மீது பாய்ந்தது. "பெண்ணை ஒரு நோயாளிக்கா கலியாணம் செய்துகொடுத்தான் பாவம்! அந்தப் பெண் வேண்டாமென்று மறுத்துமா அதன் தலையிலே அந்தக் காமாலைக்காரனைக் கட்டி வைத்தான்" என்று நம சிவாயம் ஏசலானான். "இப்படிப்பட்ட தவறுகள் நடைபெறுவதை, அனுமதிக்கிறோம், ஆசீர்வாதம் செய்கிறோம், அவர் இஷ்டம் என்று கூறுகிறோம். அதனதன் விதிஎன்று கூறுகிறோம். இரண்டு பேருடைய வாழ்க்கையை அந்த ஒரு ஆசாமி தன் இஷ்டத்துக்கு ஏற்றபடி வளைத்து விட்டான். அதைத் திருத்தவும் முடியாது, கண்டிப்பதும் கூடாது. பாவம்! அந்தக் கம்பாசிட்டர், என்னமோ கை தவறித் தப்பாக அச்சுக் கோர்த்துவிட்டான், அவனை நான் மடையன், குருடன் என்றெல்லாம் திட்டினேன். விஷயத்தைப் பார்க்கப்போனா அவன் கைக்குத் தங்கத் தோடா அல்லவா போடணும் போல

இருக்கு" என்று கூறினான். நமசிவாயம், எனக்கு ஆனந்தம்! அவன் தங்கத் தோடா கூடப் போடத்தேவையில்லை, அவன் சொன்ன வார்த்தை, வைரத் தோடா போலே இருந்தது, என் மனது குளிர்ந்தது. பிறகு வேறு ஏதோ தேவாரம் திருவாசகம் முதலிய சத் விஷயங்களைப் பேசிவிட்டு, நமசிவாயம் விடை பெற்றுக்கொண்டு போனான். எனக்கு, இனியாவது எழுந்திருந்து போய்ச் சாமி காலிலே விழுந்து கும்பிடுவோமா என்ற எண்ணம் உண்டாயிற்று. ஆனால் ஒரு பயம் இருந்தது. நான் செய்த எல்லாத் தவறுகளுக்கும் சாமியாரே சமாதானம் சொல்லிவிட்டார், ஆனால் நானோ சாமியாரையே, காமி சாவடியானந்தர் என்றல்லவா......

காமி சாவடியானந்தருக்கு தூக்கம் வரவில்லை படுத்துக் கொண்டே பாடிக்கொண்டிருந்தார். பனிரண்டு மணி சுமாருக்கு, யாரோ வரும் சத்தம்!

"ஏது பாட்டு, பலே ஜோரா இருக்குதே" என்று ஒரு குரல்கேட்டது திடுக்கிட்டுப் போனேன் பெண் குரல்! பேசியது பச்சை! எனக்குத்தெரிந்தவள்!! பலசரக்குக் கடையைக் கூட்டி மொழுகிச் சுத்தம் செய்பவள் அவள் வருகிறாள் சாவடிக்கு நடுநிசியில்! காமி சாவடியானந்தனே தான் இவன் ! இதிலேகூட நான் அச்சடித்ததிலே என்ன தவறு? செச்சே! அதற்கு மேலே, அங்கே நடந்த பேச்சை நான் எப்படிச் சொல்ல முடியும். சாமியாராம்! காவடியானந்தராம்! காமி, சாவடியிலே ஆனந்தராக இருந்தார். தேவாரமா பாடினார்! தில்லானா பாடினார்! பச்சை, சாமியாரிடம் விபூதிப் பிரசாதமா கேட்டாள், 'எடு எடு ! பணத்தை! ஏழுநாளா ஏச்சிக்கிட்டே வாராயே' என்றாள். விபூதிப் பையிலே இருந்து கல கலவென்று ரூபாயைக் கொட்டினான் அந்தக் காமி. ஐந்து ரூபாயைக் கொடுத்தான் பச்சையிடம்.

"மிச்சத்தை இப்படிப்போடு சாமி" என்று கூறிக்கொண்டே நான் போய் நின்றேன் பக்கத்திலே. அலறிப் போனான் அந்த

ஆண்டி அவளும் ஆந்தை போல விழித்தாள். சாமியாரை நான் பேசவிடவில்லை."மகா யோக்யர் போல நான் செய்த மற்றத் தப்பெல்லாம் சரி என்று நமசிவாயத்துக்குச் சொன்னாயே, உன் பெயரை சாமி காவடியானந்தர் என்று அச்சடிக்கணும், காமி சாவடியானந்தர் தானே நீ" என்று கேட்டேன். ஆசாமி கைப்பிடியாக அகப்பட்ட பிறகு பயமென்ன. பயம் போய் விடவே, புத்தியும் கொஞ்சம் தீட்சணியமாக வேலைசெய்ய ஆரம்பித்தது. "கைதவறி மாற்றி மாற்றி அச்சடித்தேன் என்று தானே சொன்னே. தவறிச் செய்ததில்லை, சகல விஷயமும் தெரிந்துதான் அச்சடித்தேன். மரியாதையா பணத்தைப் போடு" என்றேன். என்னடா இது, கொள்ளை அல்லவா அடிக்கிறேன் என்று கோபமாக உங்களுக்கு. இந்தக் கூத்திக் கள்ளன் சாமியார் வேஷத்திலே அடிச்ச கொள்ளையிலே, இது எந்த மூலை? பணத்தைக் கொடுத்தான். விட்டேனா? "சரி" எங்க அச்சாபீஸ்காரன் உனக்குச் சினேகிதனாச்சே, அவனிடம் எப்படியாவது சொல்லி, மறுபடியும் நம்மை வேலையிலே சேர்த்துக்கொள்ளச் சொல்லணும் தெரியுதா? என்றேன் சரி என்றான் அழுகுரலில்.

இருட்டு, நடுநிசி, ஒருபயமும் இல்லாமல், வீட்டுக்கு நடந்தேன். அந்த இரண்டு சனியன்களும் கொஞ்சம் தொலைவாகவே என் பின்னால் வந்தார்கள். வீட்டுக்குப் போனேன், வேகமாக கதவைத் தட்டினேன், கொஞ்சம் அதிகாரக் குரலிலேயே, "வேலாத்தா! வேல்! வேலா! டீ, வேலாத்தா!" என்று பல ரகத்திலே, பல சுருதியிலே கூப்பிட்டேன். எனக்கென்ன பயம், எட்டு ரூபா இருக்கு அந்தக் கொட்டை கட்டி கொடுத்த பணம். "ஏது அதிகாரம் தெருவே தூக்குது" என்று அர்ச்சனை செய்து கொண்டே கதவைத் திறந்தாள் வேலாத்தா; வழக்கமாகப் பயத்தைக் காட்டும் என் கண்களிலே அதிகாரப் பார்வையைக் கண்டாள். அவளாலே கோபத்தை அடக்க முடியவில்லை. "வேலை போச்சின்னு கொஞ்சமான கவலை இருக்குதா உனக்கு விடிய விடிய ஊர்சுத்திவிட்டு வர்ரயே" என்றாள். "சீ" கழுதே! வேலை போச்சாம் வேலை! வேளைன்னு சொல்லுடி! நமக்கு இருந்த

போறாத வேளை போச்சுன்னு சொல்லு" என்று கூறிக்கொண்டே எட்டு ரூபாயைக் கொட்டினேன்! அவள் பார்த்த பார்வை இருக்கே, என்னவென்று சொல்லுவேன்! நாளைக்கு வேலைக்கும் போவேண்டி !" என்றேன். ஏன்? எப்படி? ஏது? என்று அவள் எத்தனையோ தடவை கேட்டாள். ரொம்ப காலத்துக்கு முன்னாலே கொஞ்சுவாளே."ராசா இல்லை! கண்ணு இல்லை!" என்று, அந்த பழையது கூடப் போட்டாள். கடைசியில் பூராவிஷயமும் சொன்னேன். அவளுக்கு வந்த சந்தோஷத்திலே—வெட்கமாகக்கூட இருக்கும் சொல்ல—குமரி போல—என்னையும் புதுமாப்பிள்ளைக் கோலத்திலே இருப்பதுபோலவே—எண்ணிக் கொண்டு "அட என் ராசா!" என்று சொல்லி.........ஒரு முத்தம்கூடக் கொடுத்தாள்!!

பிரசங்க பூஷணம்

பிரசங்க புஷணம், புலவர் பூலோகநாதர், அன்று பட்டம் சூட்டிக்கொள்ளப்போகும் பார்த்திபன் போலக் காணப்பட்டார். காரணம் உண்டு அவருடைய களிப்புக்கு, அன்று மாலை ஆலமரத்தடியார் கோயில் ஆறுகால் மண்டபத்திலே, அவருடைய சொற்பொழிவு ஏற்பாடாகி இருந்தது!

"குறும்புக்காரச்சிறார்கள் இன்று மாலை மட்டும், என்னைக் கண்டால், என்மொழி கேட்டால், மறுதினம் முதற்கொண்டு, மறந்தும், சேட்டை செய்யார். ஊர்ப் பிரமுகர்கள் பலருமன்றோ கூடி இருப்பர், என் புகழை எடுத்துரைப்பர், மாலை அணிவிப்பர், கைகொட்டி மகிழ்விப்பர், மகிழ்வர். இவைகளைக் கண்ட பிறகு காளைகளின் கண்கள் திறக்கும்" என்று புலவர் எண்ணிக்களிப்படைந்தார். அவருடைய சந்தனப்பொட்டு முதற்கொண்டு, சங்கராபரணம் வரையிலே சகலமும், பள்ளிக்கூடச் சிறார்களுக்கு, நகைச்சுவை தருவனவாசு இருக்கும். தொல்லை அதிகம், எனவே பிரசங்கபூஷணம், அறியதோர் சொற்பொழிவு செய்து, அதன் மூலம் புகழ் ஈட்டி, ஈட்டிய புகழை மாணவர் முன் நீட்டி, அவர் தம் சேட்டையினை ஓட்டிவிட இஃதோர் வாய்ப்பு என்று எண்ணினார். எனவே, இறுப்பூதெய்தினார்,

ஆலமரத்தடியார் கோயில் அர்ச்சகர் அருணாசல ஐயருக்கும் அன்று ஆனந்தந்தான். வெளவால் வாழ்ந்து வந்த அக்கோயிலின்மூலம் அவருக்கு வருமானம் எங்கிருந்து கிடைக்கும் ! கோயில் வாசலிலே உட்கார்ந்து கொட்டாவி விட்டுக்கிடந்தார். பலவிதமான யோசனைகளுக்குப் பிறகு, அவர் ஊர்மக்களுக்கு ஆலமரத்தடியார் கோயிலிடம் பக்தி சிரத்தை உண்டாகச் செய்யவேண்டும். அப்படிச் செய்தால்தான் கோயிலுக்குப் பலரும் வருவார்கள்,

வருமானம் கிடைக்கும் என்ற முடிவுக்கு வந்தார். அவர், இந்தக் கோயில் பாத்யதையை ஒரு துரும்பாக மதித்தகாலம் ஒன்றுண்டு. அப்போது அவருக்குப் பட்டினத்திலே உத்யோகம். கிரகம் செய்த கோளாறினால் அதை இழக்க நேரிட்டது. அதன் பிறகே அவருக்கு ஆலமரத்தடியாருக்குச் சேவை செய்ய வேண்டுமென்ற அக்கரை தோன்றிற்று "பார்த்திங்களா, சாமி என்னமோ பட்டணம் பட்டணமுன்னு போனிங்களே, பாருங்க, ஆலமரத்தடியார் அழைச்சிட்டு வந்தாரு, விடுங்களா அந்தப் புண்யம்" என்று கூறுவர் கிராம மக்கள். "இதிலேமட்டும் குறைவில்லை! கோயில் பக்கமோ வருவதில்லை. என்ன செய்வதாம் இந்தக் கோயிலைக் கட்டிக்கொண்டு ஈ ஓட்டிக்கொண்டிருக்கிறேன்" என்று அருணாசல ஐயர், விசனத்துடன் கூறுவார். கடைசியிலேதான் யுக்தி தோன்றிற்று, மக்கள் மனதில பக்தி புகுத்தும் வழி கண்டுபிடித்தார். ஆலமரத்தடியார் கோயில் மகத்துவத்தை மக்களுக்கு எடுத்துக்கூறவும், பொதுவாகவே பக்தி மார்க்கத்தின் பெருமையை மக்களிடம் பேசவும், ஓர் சொற்பொழிவு ஏற்படுத்த எண்ணினார். சத்கதா காலட்சேபத்துக்குக் கொஞ்சம் பொருட் செலவு பிடிக்கும், எனவே, பிரசங்க பூஷணப் புலவர் பூலோகநாதரை, அன்புடன் அழைத்தார், அரியதோர் சொற்பொழிவு நடத்தும்படி. அவருக்குத்தான் இத்தகைய வாய்ப்புக் கிடைக்குமா என்ற தாகமாயிற்றே, ஐயர் வேண்டிக்கொண்டதும், ஆசிரியர் மனமுவந்து இசைந்தார். இசையுமுன் கூறினார், "நானென்ன அவ்வளவு அதிகம் அறிந்தவனா? கற்றது கைம்மண்ணளவு, கல்லாதது உலகளவு, கனியிருக்கக் காய் தேடுதல்போல், எவ்வளவோ அறிவாளிகள் இருக்க, என்னை அழைத்தீர், சிறுமதி உடையேன் ஆயினும், சிறுமதியுடையோன் அருளைத் துணைகொண்டு, என் கடன் பணிசெய்து கிடப்பதே எனும் ஆன்றோர் மொழிப்படி தொண்டு செய்யச் சித்தமாக இருக்கிறேன்" என்று புலவர் கூறினார், கூறிவிட்டு மிக மகிழ்ச்சி அடைந்தார். ஏன் இருக்காது! ஆறு வாசகங்கள் அவர் பேசினார், அதிலே மூன்று மேற்கோள்கள்.

கற்றது கைம் மண்ணளவு கல்லாதது உலகளவு.

கனியிருக்கக் காய் தேடுதல்.

என்கடன் பணிசெய்து கிடப்பதே.

ஆக மூன்று, ஆறு வாசகங்களிலே. பிரசங்க பூஷணமல்லவா? வெட்டிப்பேச்சா பேசுவார். மேலும் நெட்டுருப் போட்ட அடிகளைக் கொட்டிப் பேசாவிட்டால் ஏட்டைப் பிடித்ததனால் யாதுபயன்! எனவேதான் ஆறிலே மூன்று, ஆன்றோர் மொழியைப் பொழிந்தார். அம்மட்டோ ! சிறுமதியுடையேன் சிறுமதி உடையோன் அருளைத் துணை கொண்டு என்று கூறினார். "அருணாசல ஐயரே ! என்ன எண்ணுகிறீர் என் புலமைபற்றி! அந்த வாசகத்திலே பொதிந்துள்ள அழகு கண்டீரா! சிற்றறிவு படைத்தநான், என்ற பொருள்பட, சிறுமதி உடையேன் என்றுகூறினேன். பிறைச் சந்திரனை அணிந்த யெம்மானின் துணைகொள்வேன் என்ற கருத்துக்குச் சிறுமதியுடையோன் என்று சிவனாரைச் சொன்னேன்! ஒரே பதம், இருபொருள் ! அது ஓர் அழகு | சிறுமதி உடையோன் என்பது நித்தாஸ்துதி என்ற இலக்கணச் செறிவு கொண்டது. இத்தனையும் ஒரே வாசகத்தில் அமைத்தேன். எப்படி என் சமர்த்து "என்று புலவர் கூறுவதுபோலிருந்தது அவருடைய கெம்பீரமான கனைப்பும், பார்வையும். அருணாசல ஐயர், அதிகம் பேசவில்லை. தலைவரைத் தயார் செய்வதற்காக அவர் சென்று விட்டார். புலவர் தனது சீடனொருவனை அழைத்தார். "ஏடுதனில் எனது மொழியைப் பொறித்திடு, மாலைச் சொற்பொழிவுக்கு" என்றார். சீடன், பிரசங்க பூஷணமாக வேண்டியவன்! எனவே, ஏடும் கையுமாகப் புலவர் எதிரே அமர்ந்தான். ஈசனைத் தியானித்துவிட்டுப் புலவர் துவக்கினார், சொற்பொழிவை.

"அன்பரே!" என்றார், ஏடுஎழுதி, அன்பரே ! என்று எதிரொலித்தார் எழுதி முடித்து. புலவர், தலையை அசைத்தார், கனைத்தார், "வேண்டாம், அன்பரே! என்று அழைப்பதைவிட, மெய்யன்பரே! என்று இருக்கலாம் என்று எண்ணுகிறேன்"

என்று ஓர் திருத்தம் உரைத்தார். அன்பரே அடிபட்டது, மெய்யன்பரே! பொறிக்கப்பட்டது ஏட்டில்.

"அப்பா! மெய்யன்பரே என்று கூறுவதைவிட, சைவ மெய்யன்பரே! என்று கூறிடல் சாலச்சிறந்ததென்று எண்ணுகிறேன்" என்றார் புலவர். அவருடைய எண்ணத்தைத்தானே அவன் ஏட்டிலே எழுதவேண்டியவன். எனவே, மெய்யன்பரே! என்ற பதத்தையும் அடித்துவிட்டு, சைவமெய்யன்பரே! என்று எழுதினான்.

"என்ன எழுதினாய் தம்பி!" என்று கேட்டார் புலவர்.

"சைவமெய்யன்பரே என்று எழுதினேன்" என்றான் சீடன். புலவர் ஓர் புன்னகை புரிந்தார்."அது நியாயமல்ல!" என்று கூறினார். "எது?" என்று கேட்டான் ஏடுதாங்கி. "ஆலமரத்தடியார், சிவனார், அடியேனும் சைவனே! என்றாலும், இன்று அங்கு கூடப்போகும் அன்பர்களிலே, சைவர் மட்டுமா இருப்பர். எங்கேனும் உண்டா? வைணவரும் இருப்பர். எனவே, சைவமெய்யன் பரே ! என்று கூறுவதோடு அமைதல் ஆகாது, நியாயமுமாகது. ஆகவே சைவ, வைணவ, பௌத்த, கிருத்தவ, இஸ்லாமிய அன்பர்களே என்றுதான் சபையை அழைத்தல் பொருத்தம். ஆம்! அதுபோல் எழுது என்றார், எழுதினான். புலவருக்கு அப்போதுதான் திருப்தி உண்டாயிற்று "தம்பி! பலருக்குத் தெரிவதில்லை இந்தப் பக்குவம். ஒரு பெரிய கூட்டத்திலே, பலமதத்தினர் வந்திருக்கக்கூடுமே, நாம் அனைவரையும் அழைத்தன்றோ பேசல் வேண்டும் என்ற சாதாரண விஷயம்கூடப் புரிவதில்லை, அப்படிப்பட்டவர்களின் அணைப்பிலே இருந்துதான் தமிழ் தேய்கிறது. நான் அத்தகையவனா ! நான் சைவன், என்றாலும், வைணவ, பௌத்த, கிருத்தவ, இஸ்லாமிய அன்பர்களை நாம் அலட்சியம் செய்தல் கூடாது. இந்த நன்னெறியை மட்டும் நாட்டிலே நிலை

நாட்டிவிட்டால், பூலோக கைலாசம் இதுவேயாகும் " என்று கூறினார்.

அன்பரே ! என்ற ஒரே பதத்தினால், இந்த நோக்கம் நிறைவேறுமே, ஏன் அதைவிட்டு, அடுக்கிக்கொண்டிருக்கிறீர், என்று கேட்க வேண்டுமென்று சீடனுக்குத் தோன்றிற்று. ஆனால் அவன் பிரசங்க பூஷணமா, மறுத்துரைக்க.

"ஆலமரத்தடியார் கோயிலில், ஆன்றோரும் சான்றோரும் குழுமியுள்ள இக்கூட்டத்தின் கண் அடியேனைப் பேசுமாறு கேட்டது, என் பாக்கியமே அன்றோ. இத்தகைய சபையிலே, நின்று பேசக்கூடிய அறிவாற்றல் எனக்கு உண்டோ எனில், இல்லை என்பேன். ஏதோ, என்னையும் ஒரு பொருட்டாக மதித்தும் பேசுமாறு அழைத்தனர்" என்று பிரசங்கபூஷணம் கூறிட, ஏடு எழுதி, வேகமாக எழுதி முடித்தான். மேற்கொண்டு, விஷயத்தை விளக்கப் போகுமுன், அதுவரை எழுதிய பிரசங்கத்தைப் படிக்கச்சொல்லிக் கேட்டு இன்புற்றார் புலவர்.

"இதே போலத்தான், திரு. வி. கலியாண்சுந்தரனார் பேசுகிறார். ஆனால் ஒரே ஒரு வித்தியாசம். இத்தகைய சபையிலே நின்று பேசக்கூடிய அறிவாற்றல் உண்டோ எனில், இல்லை என்பேன் என்று கூறினீர், திரு. வி. க. இல்லை, என்று ஒரு முறை மட்டும் கூறார், இல்லை, இல்லை, இல்லை என்று மும்முறை கூறுவார்" என்று சீடன் கூறினான். சிரித்தார் புலவர், எழுது என்றார்.

"சிலர், எதனைக் கூறும்போதும், மும்முறை கூறுவர். உண்டு, உண்டு, உண்டு என்பர். என்னே, என்னே, என்னே என்பர். இந்த மும்முறைப் பிரயோகம் வீணாக நேரத்தையும் நினைப்பையும் விரயமாக்குவது அன்றோ 'அது நன்றோ' ஒருமுறை உரைத்திடில், சரியன்றோ. என்னிடம் அத்தகைய

வழக்கம் கிடையாது எப்போதும் கிடையாது. நிச்சயமாய்க் கிடையாது" என்றார். சீடனுக்கு இதை எழுதும்போது, கஷ்டமாகத் தான் இருந்தது. மும் முறைகூறலை முறையன்று என்று மொழிந்திடு புலவர், அதனையே மும்முறை கூறுகிறாரே, முறையாமோ என்று எண்ணி ஏங்கினான். ஆனால் எங்ஙனம், மனத்திலுற்றதைக் கூறுவான்; தவறு இழைத்தவர் வெறும் தமிழ்ப்புலவரல்லவே ! பிரசங்க பூஷணமாயிற்றே !

"ஒவ்வோர் சொற்பொழிவாளரும், அவையடக்கம் என்ற அவசியமற்ற பகுதியை நீட்டிச் சபையை வாட்டுவர் அடியேனிடம் அந்த நோய் அணுகுவதில்லை, வீணான வார்த்தைகள் எனக்கு வேம்பு. அவை அடக்கம் ஒரு அவசியமற்ற, பயனற்ற, சுவையற்ற, உயிரற்ற, கருத்தற்ற, முறையற்ற, சுவைப்பயனற்ற, பயனுள்ள சுவையற்ற, கருத்துமுறையற்ற, முறையான கருத்தற்ற, உயிர்ச் சுவை அற்ற, கருத்துயிரற்ற, உயிர்க்கருத்தற்ற, காரியம், என்பதை எடுத்துக்கூற நான் அஞ்சப்போவதில்லை. அஞ்சுவது யாதொன்றுமில்லை, அஞ்செழுத்தை ஓதினார் யார்க்கும் என்ற ஆன்றோர்மொழி ஈண்டு சிந்திக்கற்பாலது. ஆன்றோர் மொழியைச் சிந்திக்க வேண்டுவது ஏன் எனில், ஆன்றோர் சான்றோராகலின்." என்று, அவையடக்கத்தின் அவசியமற்ற தன்மைபற்றி, அழகுறக் கூறினார் பிரசங்க பூஷணம், சீடர் எழுதினார்.

"தம்பி!" என்று கூறினார் புலவர். சீடர் எழுதப் போந்தார். "எழுதாதே! இது எழுதுவதற்கல்ல, உனக்குக் கூறுகிறேன். ஒரு சொற்பொழிவின் இலட்சண விளக்கத்தைக்கேள். எந்த விஷயத்தைப்பற்றிப் பேசவேண்டுமென்று குறிக்கப்பட்டிருக்கிறதோ, அவ்விஷயத்தைப் பற்றியே மறந்து, வீணான அவையடக்கம், சபை வணக்கம் கூறிக் காலத்தைக் கொலைசெய்வது இருக்கிறதே, அது கொடிது, மகாகொடிது. அவை அடக்கம் என்ற பகுதியை அதிகமாக

வளர்த்தக்கூடாது. என் சொற்பொழிவிலே நீ எப்போதும் கூர்ந்து கவனித்தால் ஒரு முக்கியமான விஷயத்தைக் காணலாம். அதுதான், என் அனுபவத்தின் ஆராய்ச்சியின் விளைவு. என்னவெனில், நான் அனாவசியமாக அவை அடக்கம் கூறிக் காலத்தை வீணாக்கமாட்டேன்" என்று கூறினார். நாவை அடக்கி வைக்கவேண்டிய நிர்ப்பந்தத்திலே இந்த சீடன், அவை அடக்கத்தை நீட்டிச் சொல்வது கூடாது, என்ற விஷயத்தையே, பிரசங்க பூஷணம், நீட்டிக்கொண்டு, நேரத்தை வீணாக்கிச் சொற்பொழிவுக்கேற்ற விஷயத்துக்கே வராமலிருக்கிறாரே என்று தெரிந்தது, கூறமுடியுமா! கூறுவது, குரு சீட முறைக்கே பங்கமன்றோ!

இடையே பேசிவிட்டதால், தொடர்பு மறந்துபோகவே மீண்டும் ஒருமுறை எழுதின வரையிலே படிக்கச்சொல்லிக் கேட்டார் பிரசங்க பூஷணம்.

"அந்தணர் என்போர் அறவோர், மற்றெவ்வுயிர்க்கும் செந்தன்மை பூண்டொழுகலான் இந்த வாசகத்தை, மணிவாசகம் என்பேன், அணிவாசகம் என்பேன், பணி வாசகமுமாகும், அறநெறியும், அன்புநெறியும் கொண்டவர் அந்தணர், அழகிய தன்மையை உடையவர், அவர்கள் எல்லா உயிரிடத்தும் அன்பு காட்டும் தகைமையினர், அவரே அந்தணர்.

"ஐயகோ! அந்தணர் என்போர், நம்மனோரைக் கெடுப்பவர் என்றோர் சாரார் கூசாது பொய் கூறுகின்ற னர். அவர் தம் அறிவு செல்லும் வழி அறவழி ஆகாது. அந்தணர் செய்த குற்றம் என்னை? அவர் நம்மனோருக்கு இழைத்த தீங்குதான் என்னை? என் கண்களுக்குப் புலனாவதில்லை. என் கண்கள் என்றால், எக் கண்கள்? புறத்துலகைக்கண்டு வெறியாட்டமிடும் கண்களா என்பீரேல், இல்லை என்பேன், முக்காலும் இல்லை என்பேன். இக்காலத்து மட்டுமல்ல, அக்காலத்து, அரசர்களையும் அரச அவைகளையும்,

அறிஞரையும், அவர் தம் அறநெறியினையும், இகத்தையும், பரத்தையும், சேரன் நாட்டையும், சோழன் மண்டலத்தையும், பாண்டியன் பதியையும், குறுநில மன்னர் பலர் வாழ்ந்த பதிகளையும், அடியார்களையும், அடியார்க்கடியார்களையும் கண்டு களிகொண்ட கண்கள்! என் கண்கள், இவ்வளவையும், இன்னும் பலவற்றையும் கண்டவை. ஏடுகளிலே கண்டேன்! இரும்பூதெய்தி நின்றேன். அவ்வளவு கண்ட என் கண்களை, நான் நம்பாதிருக்கமுடியுமா? அவைகளைக்கொண்டே நான் காண்கிறேன், அந்தணரை. அவர் தம் மீது ஆன்றோர்வழி செல்லாத மாபாபிகள் சில பலர், அடாதது கூறுகின்றனர், நெஞ்சம் நோகிறது. கொஞ்சமும் தாங்க முடியவில்லை இக்கொடுமையினை. அந்தணர் குற்றம் ஏதும் செய்திலர், செய்யார், செய்ய வழியும் அறியார். அவர் அந்தணராய்ப் பிறந்ததற்கே அஃதேயன்றோ காரணம்! இதோ, என் நண்பர், வேதசாஸ்திர விற்பன்னர் அருணாசல ஐயர் அவர்கள் இருக்கிறார் இவர் முகத்திலே அந்த வெள்ளைக் கலை உடுத்திய மாது தாண்டவமாடுவது காணலாம். நெஞ்சிலே நாதன் தாள், கொஞ்சமும் வஞ்சம் அறியாதார். ஒன்று கூறுவேன் ! நான் இந்த நன்னிலை பெற்றதற்குக் காரணமே நமது ஐயர் அவர்களின் நற்கருணையும் தவியுமே என்பதை நான் குன்றேறிக் கூவுவேன், அந்தணர் குலத்தைப் பழிக்கும் இழிதகையாளர் செவிகெடக் கூவுவேன். என்னுடைய புலமையைப் போற்றினீர்கள். பதிகத்தைப் பாராட்டினீர்கள் பட்டத்தைச் சூட்டினீர்கள், ஏட்டினைப் படித்தீர்கள், அந்த ஏடு ஏது ? நான் தீட்டியது! எப்படி? திரு அருளால் தீட்டினேன். திரு அருள் கிட்டி னது எங்ஙனம்? இதோ என் நண்பர், என் ஞானாசிரியன், அருணாசல ஐயர் கூட்டிவைத்தார் திரு அருளை என்னைத் தூண்டி, ஊக்குவித்து ஏடு எழுதச் செய்தார், செய்தேன். அன்புமழை பெய்தீர்கள். இதற்குக் காரணம், இவரன்றோ ! இவர் ஓர் அந்தணர் நான் அந்தணர் குலமல்ல ! எனினும், எனக்குக் கைகொடுத்தது அந்தணரே, என் புலமையை நீங்கள் தெரிந்துகொள்ளச் செய்தவரும் அவரே. இப்படிபட்ட அந்தணர் குலத்தை ஏனோ சில பலர் நிந்திக்கிறார்கள். தமது அறிவீனத்தை அவர்கள்

சிந்திக்கிறார்கள் இல்லை. சிவ! சிவ! அபசாரம்! அபசாரம்! இம்மை மறுமை இரண்டினுக்கும் இழுக்கு தேடுகிறார்கள் வழுக்கிவிழுந்த சமூக்கர்" என மள மள வென்று பொழிந்தார். சீடர் கை வலிக்க அதனை எழுதினார். அந்தப் பகுதி முடிந்ததும், பிரசங்க பூஷணம், வியர்வையைத் துடைத்துக்கொண்டு, "தம்பீ! எப்போதும் ஒன்று கவனமாகக் கேள், பிராமணர்களைப் புகழ்ந்தே பேசிவிட வேண்டும். ஏன் தெரியுமா? நாம் தமிழர், ஆகவே நாம் என்ன செய்தாலும் எதைப் பேசினாலும், எப்படி நடந்துகொண்டாலும், நமது தமிழ் மக்கள் நம்மைக் கெடுக்கமாட்டார்கள். பிராமணர்களோ, நமது இனமல்ல. ஆரியம் நுழைந்து, நம்மவரை அடுத்துக் கெடுத்திருக்கிறது. இன்னும் அதன் போக்கைத் தடுத்தால், நமக்குத் தொல்லைவிளையும். ஆகையினால் நமது சொற்பொழிவுகளிலே பிராமணர்களைப் புகழ்ந்து பேசியும், பாராட்டியும் ஆதரித்தும் வைத்தால், நமக்கு அவர்களால் தொல்லை வராது. தமிழர் கோபிப்பர், என்ன இந்தப் புலவன் இப்படிப் பிராமணர்களை ஆதரிக்கிறானே, இனப்பற்றே இல்லாமல் என்று கேட்பர். கேட்டால் என்ன! நண்பரே! நான், எந்தப் பிராமணனை ஆதரித்தேன், இன்றையப் படுபாவிகளையா? செச்சே! நான் என்ன மரக்கட்டையா? மண் பொம்மையா, எனக்கு ரோஷம் வராதிருக்க. நான் பாராட்டினது அந்தணர்களை! அன்பு நெறி, அருள்நெறி பூண்டவர்களை ஆதரித்தேன். அது பார்ப்பண குலத்துக்குள்ள பண்பா! என்று கூறினால், தமது தமிழ்த் தோழர்கள், நமது முதுகைத் தட்டிக் கொடுப்பர். ஆக நமக்கு ஆரியர், திராவிடர் ஆகிய இருவரிடத்திலும் சீரும் செல்வாக்கும் கிடைக்கும் " என்று கூறினார். சீடன் இந்த சீலத்தைக் கடைப்பிடிப்பதாகக் கூறினான். பிரசங்கத்தைக் கூறலானார், கூறுமுன், மறுபடி ஒருமுறை சீடராகவே படித்துக் காட்டினார், தொடர்பு தெரிவிக்க. புலவர் புதுமுறுக்குடன் கூறத்தொடங்கினார் உடனே திகைத்தார். "தம்பி! ஒரு பச்சை நிறத்தாளைக் கண்டாயோ?" என்று கேட்டார். "இல்லையே! என்ன தாள் ?" என்றார் சீடர். "இன்றைய சொற்பொழிவு அழைப்பிதழ்" என்றார் பிரசங்க பூஷணம். உள்ளே ஓடினார்

புத்தகங்களைப் புரட்டினார், துண்டுச் சீட்டுக் காணப்படவில்லை, துயருற்றார். மனைவியைக் கேட்டார், "அந்தக் குப்பையிலே அது எங்கே இருக்கிறதோ யார் கண்டது" என்று துடுக்காகக் கூறினர் அம்மையார். "உன் கண்களுக்கு அது குப்பைதான்! பேதாய்! அது குப்பை! அந்தக் குப்பையிலே கிடக்கும் மாணிக்கமும், மரகதமும், உனக்கென்னடி தெரியும்." என்று கண்டனக் குரலிலே பேசினார் புலவர். அம்மையார், சக்தி ஸ்வரூபமல்லவா! அவ்வளவு இலேசிலேவிடவில்லை.

"கோழி குப்பையைக் கிளறியாவது புழுபூச்சியைக் காண்கிறது, நீ இந்தக் குப்பையை கிளறிக்கிளறிக் கண்டது என்ன?" என்று கேட்டார்.

"பேதாய்! பெண்பேதாய்! பொன்னாசைகொண்ட பெண்பேதாய்! பொன்னும் பொருளும் எதற்கு? காதற்ற ஊசியும் வாராதுகாண் இக்கடைவழிக்கே" என்றார் புலவர் அந்த நேரத்திலே, அவர் காணாமற்போன சீட்டு இருக்கிறதா என்று பட்டினத்தார் புத்தகத்தைப் புரட்டிக்கொண்டிருந்தார்.

".காதற்ற ஊசியும் வரத்தான்காணோம், நீ கத்திக் கத்தி வந்தும்" என்று கடிந்துரைத்தார் சக்தி. பூலோகநாதர் பதில் பேசவில்லை. என்ன பேசுவது என்றே தெரிய வில்லை. ஆனால் மனதிலேமட்டும் "கூறாமற் சன்யாசம் கொள்" என்ற வாசகம் குடியேறிக் குடையலாயிற்று. "குப்பையாம்! கம்பன் கோர்த்த இம்மணிகள் குப்பையாம்" என்று தனக்குள் கூறிக்கொண்டே பிரசங்க பூஷணம், புத்தகங்களின்மீது படிந்திருந்த தூசைத்தட்டிக் கொண்டிருந்தார்.

"தங்களைக் காண ஐயர் வந்திருக்கிறார்" என்று சீடன் தெரிவித்தான். ஓடோடிச் சென்றார், அருணாசல ஐயர் கூடத்திலே இருக்கக்கண்டு, "மாலை ஆறுமணிக்குத்தானே,

இதற்குள்ளாகவா? நான் இன்னும் குறிப்புத் தயாரித்து முடிக்கவில்லையே" என்று கூறினார். "அவசரம் வேண்டாம். நிதானமாகவே தயாரிக்கலாம்" என்றார் ஐயர். அப்போதுதான், பிரசங்க பூஷணத்துக்கு நிம்மதியாயிற்று. பிரசங்கத்திலே இன்னும் குறள், நாலடியார், நன்னெறி, தேவார திருவாசகம், பட்டினத்தார் பாடல், தாயுமானார் பாடல் ஆகியவைகளை எங்கெங்கே புகுத்துவது என்றே தீர்மானிக்கவில்லை பிரசங்கத்துக்குரிய விஷயம் என்ன என்பது மறந்துவிட்டது. எந்த விஷயம் பற்றிப் பேசவேண்டுமெனக் குறிக்கப்பட்டிருந்தது என்பதை அறியத்தான் அந்தப் பச்சைத் துண்டுக் கடிதத்தைத் தேடினார். அந்தப் பாழாய்ப்போன கடிதம் காணவில்லை. இந்த நேரத்திலே ஐயர் வந்தால், பிரசங்க பூஷணம் பயப்படாமலிருப்பாரா! நல்லவேளை, அவசரம் இல்லை என்று கூறிவிட்டார். ஆகவே, அருமையாகத் தயாரித்துவிடலாம் பிரசங்கத்தை என்று மகிழ்ந்தார் "தலைவர் தயாராகத்தானே இருக்கிறார்?" என்று கேட்டார் ஐயரை, "நல்லகேள்வி கேட்டீர்கள். அவர் துடிக்கிறார்." என்றார் ஐயர். "அடடா! நமது ஜெமீன்தாரர் நிரம்பத் தமிழ் அறிவு அன்புபடைத்தவர். கவிதா உள்ளம் அவருக்கு" என்று அன்று தலைமை வகிக்க இருந்த ஆலூர் ஜெமீந்தாரரைப் பாராட்டிப் பேசினார் பிரசங்க பூஷ்ணம், பேசியபோதே அவர் முகத்திலே கொஞ்சம் பயம் தட்டிற்று.

"அடடா என்ன காரியம் செய்துவிட்டோம். முட்டாள் தனமாக காரியமல்லவா செய்தோம். பிரசங் கத்தை ஆரம்பிக்கும்போதே ஜெமீந்தாரரின் சீர் சிறப்புப் பற்றியும் குலப்பெருமை குடும்ப கௌரவம் பற்றியும் கொடை நடைபற்றியும் பாராட்டியன்றோ பேசவேண்டும். அவருக்கும், தமிழை அந்த காலத்திலே வளர்த்த மூவேந்தர்களுக்கும் உவமை காட்டி, அவருடைய உள்ளத்தை உருக்கவேண்டாமா? அதை எழுதாமல் வேறு எதை எதையோவன்றோ இதுவரை எழுதியிருந்தோம். இந்தப் பிரசங்கம் கூடாது. இதை மாற்றி எழுதியே ஆகவேண்டும். ஒரு விருத்தம், ஜெமீன்தாரரின் குணாதிசயத்தை புகழ்ந்துபாட

வேண்டும் சரி! சரி! நிரம்ப வேலையிருக்கிறது. ஆனால் ஐயர்தான் அவசரம் வேண்டாம் என்று கூறிவிட்டாரே தயார்செய்து விடலாம் என்று எண்ணினார்.

"நம்ம ஜெமீன்தாரர், இந்த விழாவை ரொம்ப விமரிசையாக நடத்திவிடவேண்டுமென்று முனைந்து நிற்கிறார். நான் சொற்பொழிவுடன் நிறுத்தலாம் என்றேன் அவர், "அது கூடாது. புலவரின் சொற்பொழிவுடன் பாட்டுக் கச்சேரியும், நடனக்கச்சேரியும் நடத்திவிடவேண்டும் என்று கூறினார். பிரசங்க பூஷணத்துக்கு பெரிய ரோஜாப்பூ மாலை போட்டாகவேண்டும் என்று பிடிவாதம் செய்கிறார். மல்லிகை மாலைதான் தயார் செய்தேன் என்று சொன்னேன். அவருக்கு மகாகோபம் வந்துவிட்டது. அவருடைய புலமை என்ன, அறிவு என்ன, ஆராய்ச்சி என்ன, அவருக்குக் கேவலம் மல்லிகை மாலையாபோடுவது. அதை உங்கள் கோயில் மாட்டின் கழுத்திலே போடு என்று கோபித்துக் கூறினார். ரோஜா மாலையே வாங்கிவிடுவோம் என்று கூறினேன்.

சதிர்க் கச்சேரிக்குச் சிந்தாமணி சகோதரிகளையும், பாட்டுக்கச்சேரிக்குப் பழனியப்பனையும் ஏற்பாடு செய்து விட்டாராம். செலவு அவருடையது. நாயனத்துக்கு நல்ல கண்ணு பார்ட்டி, ஏற்பாடாகிவிட்டது. நான் ஏதோ சாமான்யமாக ஒரு சொற்பொழிவு நடத்த நினைத்தேன், அது பெரிய திருவிழாவாக மாறிவிட்டது. இன்னும் ஒரு விசேஷம் என்ன தெரியுமா? சதிர் நடத்தப்போகும் சிந்தாமணி நமது ஆலமரத்தடியார் கோயிலில் தாசியாக போகிறாள். அந்த முத்திரை வைபவமும் நடைபெறப் போகிறது. உம்மிடம் உண்மையைச் சொல்லுகிறேன் இவ்வளவு "ஜோராக" ஏற்பாடுகளை ஜெமீந்தார் மாற்றிச் செய்வதற்குக் காரணமே, சிந்தாமணிக்கு அவருடன் இருக்கும் சிநேகிதந்தான். உம்ம பிரசங்க விஷயத்தைக் கூட ஜெமீன்தார் மாற்றிக்கொள்ளச் சொல்லிவிட்டார். "நாட்டியக் கலையும் நாட்டு முன்னேற்றமும்" என்பது பற்றிப் பேசவேண்டும் என்று

அருணாசல ஐயர், ஆனந்தமாகக் கூறினார். புலவருக்கோ விழா விமரிசையாக மாறுவது கேட்க மகிழ்ச்சியாகத்தான் இருந்தது, என்றாலும், நாட்டியக்கலைபற்றி என்ன பேசுவது என்ற திகைப்பு உண்டாயிற்று. உடனே அது போய்விட்டது, சே! இது என்ன பிரமாதம்! சிலப்பதிகாரம் இருக்கவே இருக்கிறது என்று தைரியமடைந்து.

"சரி ஜெமீன்தார் இவ்வளவு அக்கரை எடுத்தது நமது அதிர்ஷ்டம் அவர் இஷ்டப்படியே நான் நாட்டியக் கலையைப்பற்றிப் பேசுகிறேன். அதில் என்ன தடை இருக்கிறது? அருங்கலைகளுள் அது ஒன்று. ஐயன் தில்லையில் அதனை விளக்குகிறான். அம்மைக்கும் அது ஆனந்தமே! பிரபஞ்சமே அரங்கம்! நாமெல்லாம் நாட்டியப் பதுமைகள் அவன் ஆட்டுவிக்கிறான்." என்றார் புலவர்.

"பேஷ் பேஷ்! சிந்தாமணி சொக்கிவிடுவாள் இந்தப் பிரசங்கத்தைக் கேட்டு" என்றார் ஐயர். "தமிழ் இனிமை எனும் பொருளுடைத்து" என்றார் புலவர் பெருமையுடன்.

"சிந்தாமணி நம்ம கோயில் தாசியாகிவிட்டால் பிறகு, கோயிலுக்குக் கூட்டம் ஏராளமாக வரும். வாரந்தோறும் ஓர் பிரசங்கம் செய்யலாம் நீர்" என்று களிப்புடன் கூறினார் ஐயர். புலவருக்குக் கொஞ்சம் கசப்பாக இருந்தது அந்தப் பேச்சு, இருந்தாலும் சகித்துக்கொண்டார்.

"சரி! நான் ஆறுமணிக்கு ஆலயம் வத்துவிடுகிறேன்" என்று கூறினார் புலவர், சீக்கிரமாக இவன் தொலைந்தால்தானே சிலப்பதிகாரத்தைத் தேடி எடுக்கலாம் என்ற சிந்தனையுடன் ஜெமீன்தார், "ஏற்பாடுகளிலே செய்த மாறுதலைச் சொன்னேனே தவிர, முக்கியமான மாறுதலைச் சொல்ல மறந்துவிட்டேனே, பிரசங்க தேதியை மாற்றி விட்டார், அடுத்த வெள்ளிக்கிழமைதான், இந்த வைபவம்" என்று ஐயர் கூறினார். பிரசங்கபூஷணர், பேசவும் முடியாத சோகமுற்றார். காலைமுதல் எவ்வளவு கஷ்டம்! சிந்தனை! தயாரிப்பு!

கடைசியில் பிரசங்கம் இன்று இல்லை என்று எவ்வளவு சுலபத்தில் சொல்லிவிட்டார்கள்—என்று சோகமுற்றார். ஐயர் விடைபெற்றுக்கொண்டு போனார். புலவர், ஏடு எழுதுபவனை வீடு ஏகச்சொல்லிவிட்டு அதுவரையிலே தயாரித்த அரிய சொற்பொழிவைப் படித்துப் படித்து ரசித்தார். வேறென்ன செய்வார், பாபம்! சீடன் ஓடோடி வந்தான் அதே நேரத்தில். " மறந்தே போனேன்! நீங்களும் மறந்து போனீர்களே ! அடுத்த வெள்ளிக்கிழமை, புன்னைவனநாதர் கோயிலிலே ஓர் பிரசங்கம் செய்வதாக ஏற்பாடாகி இருக்கிறதே. இங்கும் அதே கிழமையிலே எப்படி நடத்துவது " என்று கேட்டான்.

"என்ன தம்பி! இதுவா பிரமாதம். ஒரே நாளிலே இரண்டு சொற்பொழிவுகள் நடத்தவாமுடியாது. பிரசங்க பூஷணம் என்ற பெயர் என்ன அர்த்தமற்றதா பைத்தியக்காரப்பிள்ளை! புன்னைவன நாதர்கோயில் இங்கிருந்து மூன்று கல் தொலைவு. மாலை மூன்றுக்கு அங்கே பேசுவது. இங்கே 6-மணிக்கு மேல்தானே ஆரம்பம். ஒரு பேச்சுச் சொல்லி அனுப்பினா ஜெமீன்தார் தமது பெட்டி வண்டியை அனுப்பிவைக்கிறார்" என்று புலவர் கூறினார்.

"சரிதான்! எதற்கும் தங்களுக்குக் கவனப்படுத்தலாம் என்று வந்தேன் " என்று கூறினான் சீடன்.

"கவனப்படித்தினது நல்லதுதான். நான் மறந்துதான், போய்விட்டேன். ஆமாம், நினைவில்லை, புன்னைவனநாதர் கோயிலிலே எதைப்பற்றி நான் பிரசங்கம் செய்ய ஏற்பாடாகி இருக்கிறது" என்று புலவர் கேட்டார்.

கொஞ்சம் பயத்துடன் சீடன், "நாட்டியக்கலையின் கேடுகள்" என்றான். பிரசங்க பூஷணத்தின் காதிலே அந்தப் பேச்சுப் புகுந்ததும், அவருக்குப் பிரபஞ்சமே நாட்டியமாடுவது போலிருந்தது! என்ன செய்வார்!!

"சரி! போடா!" என்று, சீடன் மீது காட்டினார், கோபத்தை! வேறு எங்கே காட்டுவது?

"நீ பிறந்தது வெள்ளிக்கிழமை
　　ராஜாதேசிங்கு
உன் குதிரை பிறந்தது வெள்ளிக்கிழமை
　　ராஜாதேசிங்கு
சண்டை பிறந்தது வெள்ளிக்கிழமை
　　ராஜாதேசிங்கு"

என்றபாடல் வேறு அவர் மனதிலே புகுந்து குடைந்தது!

★★★

9 788198 814302